Impressum
Verlag: BABADADA GmbH, Nedderfeld 112 , 22529 Hamburg
Geschäftsführer / Verlagsleitung: Harald Hof
Druck: Books on Demand GmbH, In de Tarpen 42, 22848 Norderstedt

Imprint
Publisher: BABADADA GmbH, Nedderfeld 112 , 22529 Hamburg, Germany
Managing Director / Publishing direction: Harald Hof
Print: Books on Demand GmbH, In de Tarpen 42, 22848 Norderstedt

school

ishuri

klaslokaal
icyumba k'ishuri

delen
kugabanya

186/2

bord
ikibaho

speelplaats
ikibuga cyo gukiniramo

leerkracht
umwarimu

papier
urupapuro

schrijven
kwandika

pen
ikaramu

bureau
ameza yo kwandikiraho

liniaal
iregere

boek
igitabo

erling
anyeshuri bo mu mashuri abanza

schooltas

agahago k'ishuri

pennenzak

agasanduku k'amakaramu y'igiti

potlood

ikaramu y'igiti

puntenslijper

tayekereyo

gom

igome

tekenblok

ikayi yo gushushanya

tekening

igishushanyo

verfborstel

uburoso bwo gusigisha

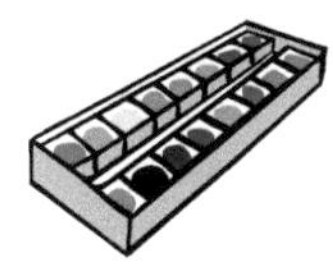

verfdoos

agasanduku k'amarangi y'amabara

schaar

umukasi

lijm

kore

werkboek

ikayi y'imyitozo

huiswerk

umukoro w'imuhira

nummer

umubare

optellen

guteranya

aftrekken

gukuramo

vermenigvuldigen

gukuba

rekenen

kubara

letter

ibaruwa

alfabet

inyuguti uko zikurikirana

woord

ijambo

tekst

umwandiko

Lezen

gusoma

krijt

ingwa

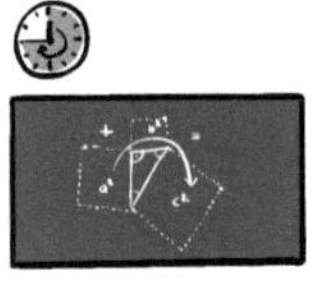

les

isomo

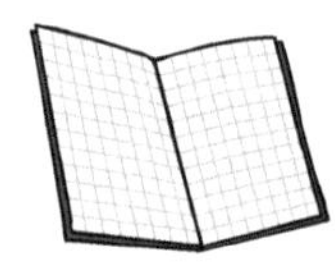

klassenboek

igitabo cyo kwiyandikishamo

examen

ikizami

certificaat

impamyabumenyi

schooluniform

umwambaro w'ishuri

onderwijs

uburezi

encyclopedie

inkoranyamagambo

universiteit

kaminuza

microscoop

mikorosikope

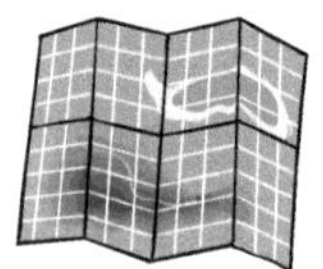

kaart

ikarita

papiermand

pubere

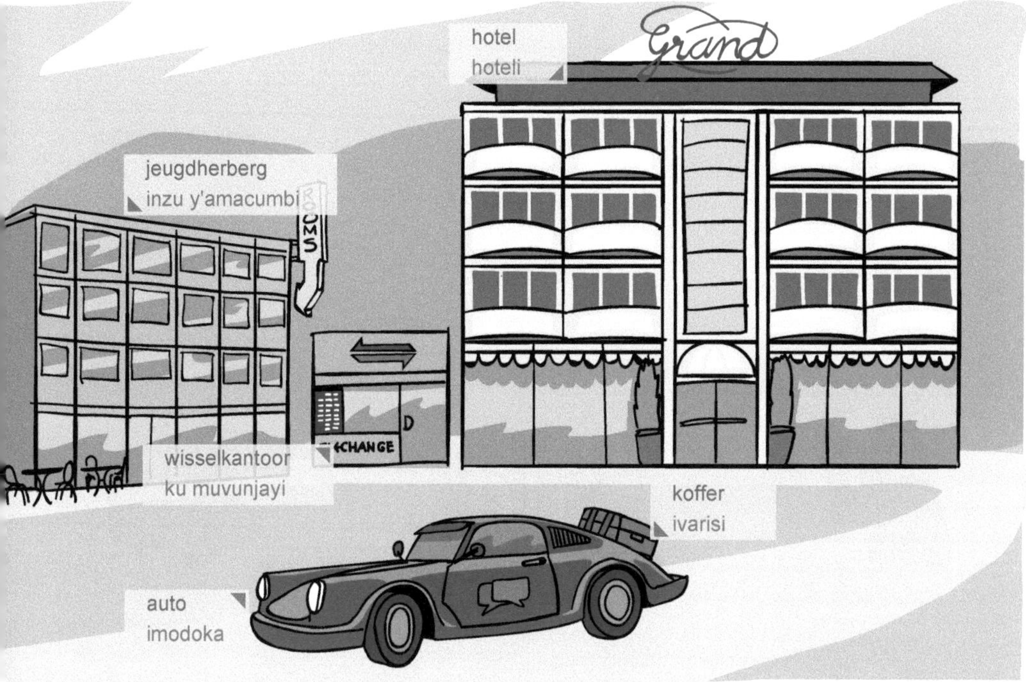

reis

urugendo

hotel
hoteli

jeugdherberg
inzu y'amacumbi

wisselkantoor
ku muvunjayi

koffer
ivarisi

auto
imodoka

Taal

ururimi

ja / nee

yego / oya

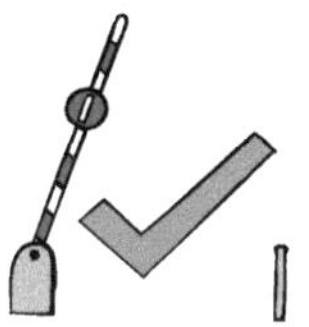

oké

Yego

hallo

bite

vertaler

umusemuzi

bedankt

Murakoze

Hoeveel kost ...?

ni angahe...?

Ik begrijp het niet

Sinsobanukiwe

probleem

ikibazo

Goedenavond!

wiriwe!

Goedemorgen!

Waramutse

Goedenavond!

Ijoro ryiza

Tot ziens

bayi

richting

ikerekezo

bagage

imizigo

zak

igikapo

rugzak

igikapo baheka

gast

umushyitsi

kamer

icyumba

slaapzak

agafuko baryamamo

tent

ihema

toeristeninformatie

amakuru y'ahasurwa na ba mukerarugendo

strand

ku musenyi wo ku mazi

kredietkaart

ikarita ya banki

ontbijt

ifunguro ryo gusamura

lunch

ifunguro rya ku manywa

avondeten

ifunguro rya nimugoroba

ticket

itike

lift

asanseri

postzegel

itembure

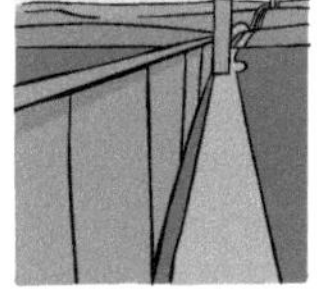

grens

umupaka

douane

gasutamo

ambassade

ambasade

visum

viza

paspoort

pasiporo

transport

gutwara abantu n'ibintu

vliegtuig
indege

schip
ubwato bunini

brandweerwagen
imodoka y'abazimyamuriro

bus
bisi

vrachtwagen
ikamyo

motorboot
ubwato bwa moteri

fiets
igare

auto
imodoka

veerboot

ubwato bwambutsa imizigo n'abantu

boot

ubwato

motor

ipikipiki

politiewagen

imodoka ya polisi

racewagen

imodoka ya kuruse

huurauto

imodoka ikodeshwa

carpoolen
....
gusangira imodoka

sleepwagen
....
imodoka iterura izindi

vuilniswagen
....
imodoka iyora imyanda

motor
....
moteri

benzine
....
lisansi

benzinestation
....
sitasiyo ya lisansi

verkeersbord
....
icyapa kiyobora imodoka

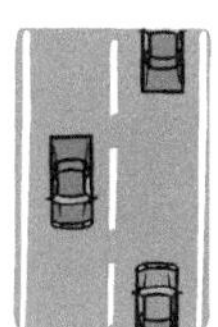

verkeer
....
urujya n'uruza rw'imodoka

file
....
ambuteyaje

parkeerplaats
....
parikingi y'imodoka

station
....
gare ya gariyamoshi

sporen
....
inzira ya gariyamoshi

trein
....
gariyamoshi

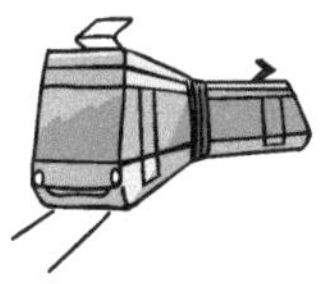

tram
....
bisi ikoresha
amashanyarazi

wagon
....
agatete k'imizigo gakururwa
n'imodoka

helikopter

kajugujugu

luchthaven

ikibuga k'indege

toren

umunara

passagier

umugenzi

container

konteneri

karton

ikarito

kar

akagorofani ko mu iduka

mand

agaseke

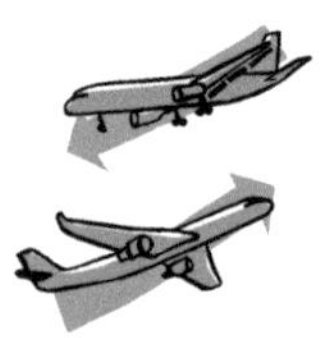

opstijgen / landen

kuguruka / kururuka

stad

umugi

dorp

umudugudu

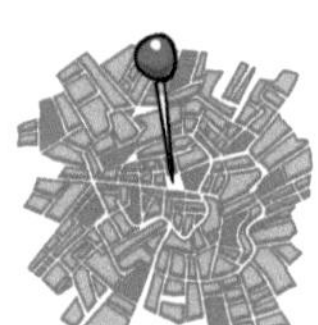

stadscentrum

mu mujyi rwagati

huis

inzu

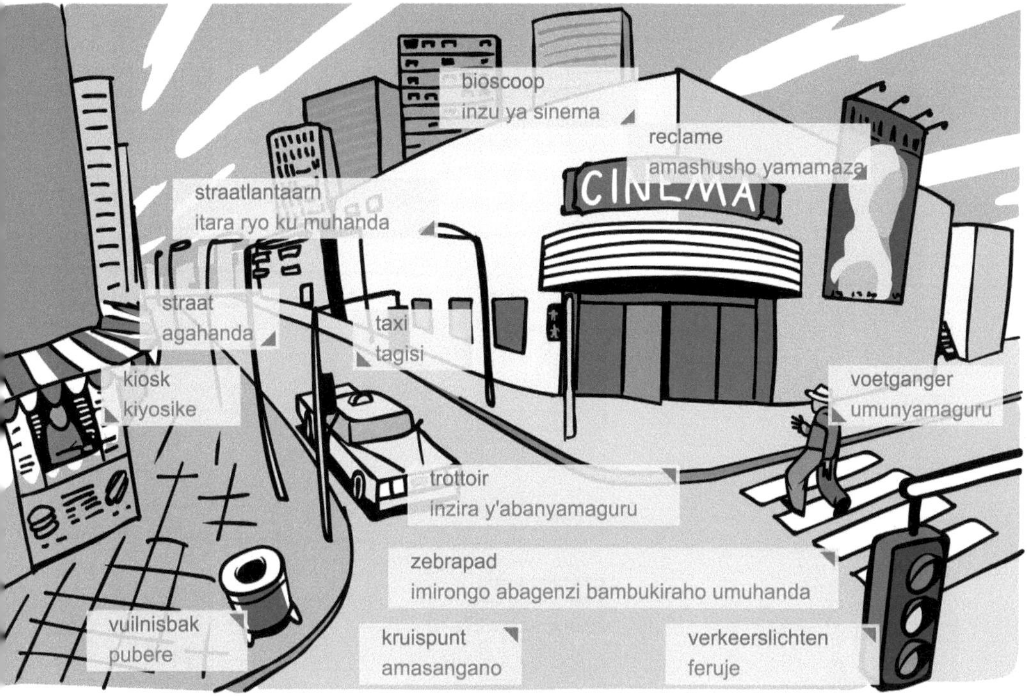

bioscoop
inzu ya sinema
reclame
amashusho yamamaza
CINEMA
straatlantaarn
itara ryo ku muhanda
straat
agahanda
taxi
tagisi
kiosk
kiyosike
voetganger
umunyamaguru
trottoir
inzira y'abanyamaguru
zebrapad
imirongo abagenzi bambukiraho umuhanda
vuilnisbak
pubere
kruispunt
amasangano
verkeerslichten
feruje

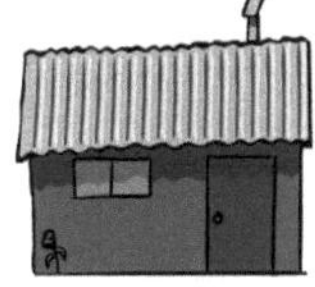

hut

akaruri

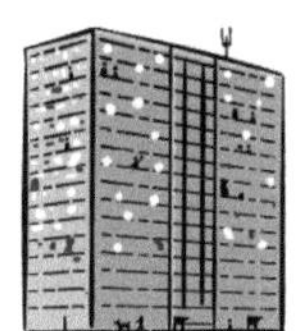

woning

inzu ifatanye n'izindi

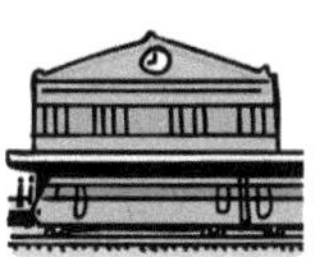

station

gare ya gariyamoshi

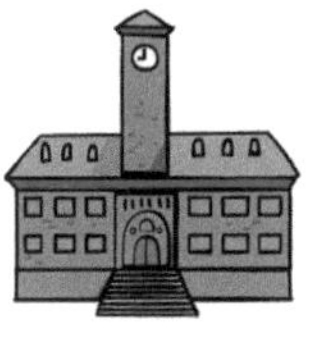

stadshuis

ibiro bya meya

MUSEUM

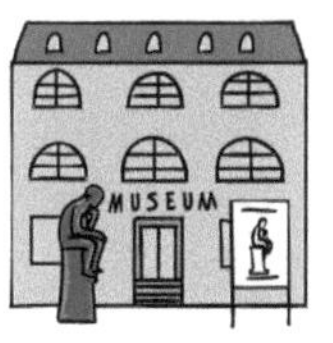

museum

inzu ndangamurage

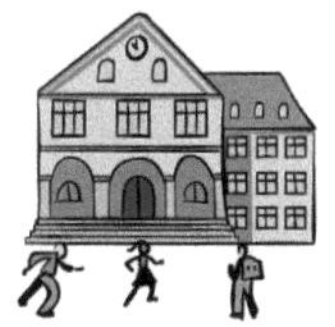

school

ishuri

universiteit

kaminuza

bank

banki

ziekenhuis

ibitaro

hotel

hoteli

apotheek

farumasi

kantoor

ibiro

boekwinkel

inzu bagurishirizamo ibitabo

winkel

iduka

bloemenwinkel

umucuruzi w'indabo

supermarkt

amangazini manini

markt

isoko

warenhuis

idepo

vishandelaar

umucuruzi w'amafi

winkelcentrum

iduka rinini

haven

icyambu

park

parike

bank

intebe y'urubaho

brug

iteme

trap

amadarajya

metro

inzira yo munsi y'ubutaka

tunnel

umuhanda wo munsi y'ubutaka

bushalte

icyapa cya bisi

bar

bare

restaurant

resitora

brievenbus

agasanduku k'amabaruwa

straatnaambord

icyapa cyo ku muhanda

parkeermeter

mubazi ya parikingi

zoo

zoo

zwembad

pisine

moskee

umusigiti

boerderij

ifamu

milieuverontreiniging

kwangiza umwuka

kerkhof

irimbi

kerk

ikiriziya

speelplaats

ikibuga k'imikino

tempel

urusengero

landschap

umurambi

blad
ikibabi

wegwijzer
icyapa kiyobora

weg
inzira

weide
umukenke

steen
ibuye

boom
igiti

wandelaar
umuntu utembera mu misozi

rivier
umugezi

gras
ibyatsi

bloem
indabo

vallei

ikibaya

heuvel

agasozi

meer

ikiyaga

bos

ishyamba

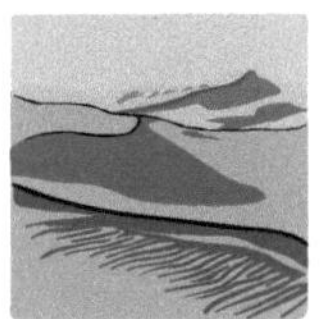

woestijn

ubutayu

vulkaan

ikirunga

kasteel

ingoro

regenboog

umukororombya

paddenstoel

icyobo

palmboom

ikigazi

mug

umubu

vlieg

isazi

mier

intozi

bijl

uruyuki

spin

igitagangurirwa

kever

ikivumvuri

kikker

igikeri

eekhoorn

inkima

egel

imbuni

haas

urukwavu

uil

igihunyira

vogel

inyoni

zwaan

igishuhe

wild zwijn

isatura

hert

ingeragere

eland

impongo

dam

urugomero

windturbine

igipanga kikaraga kikazana umuyaga

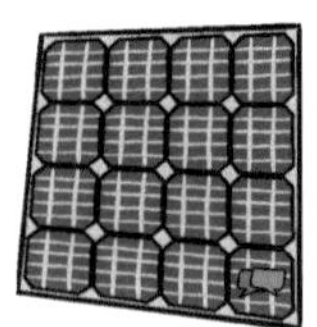

zonnepaneel

urubaho rukurura imirasire

klimaat

ikirere

restaurant
resitora

ober
umuseriveri

menu
ibiryo byateguwe

stoel
intebe

soep
isupu

pizza
piza

tafelkleed
igitambaro cyo gutegura ku meza

bestek
ibikoresho byo kumeza

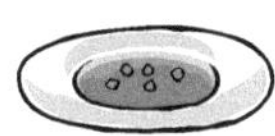

voorgerecht
aperitifu

hoofdgerecht
isahani nkuru

nagerecht
deseri

drankjes
ibinyobwa

eten
ibiribwa

fles
icupa

fastfood
ibiryo barya bagenda

street food
ibiryo byo kumuhanda

theepot
ibirika y'icyayi

suikerpot
agakombe k'isukari

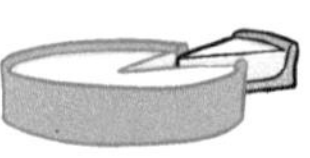
portie
isahani y'ibiryo

espressomachine
imashini y'ikawa ya esipereso

kinderstoel
intebe ndende

rekening
inyemezabuguzi

dienblad
ipurato

mes
icyuma

vork
ikanya

lepel
ikiyiko

theelepel
akayiko k'icyayi

serviette
seriviyete

glas
ikirahure cyo kunywesha

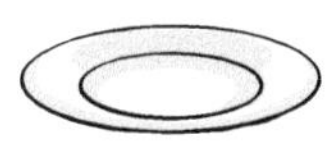

bord

isahani

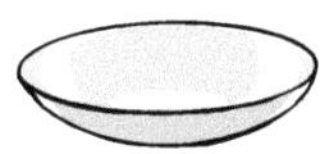

soepbord

isahani y'isupu

schoteltje

agasutasi

saus

isosi

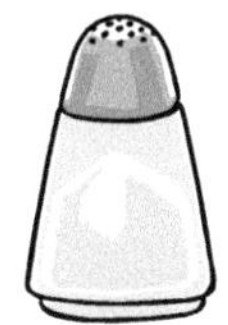

zoutvatje

agacupa k'umunyu

pepermolen

agasekuru k'urusenda

azijn

vinegere

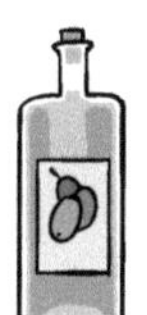

olie

amavuta

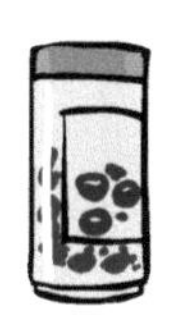

kruiden

ibirunge

ketchup

kecapu

mosterd

mutaride

mayonaise

mayonezi

supermarkt

amangazini manini

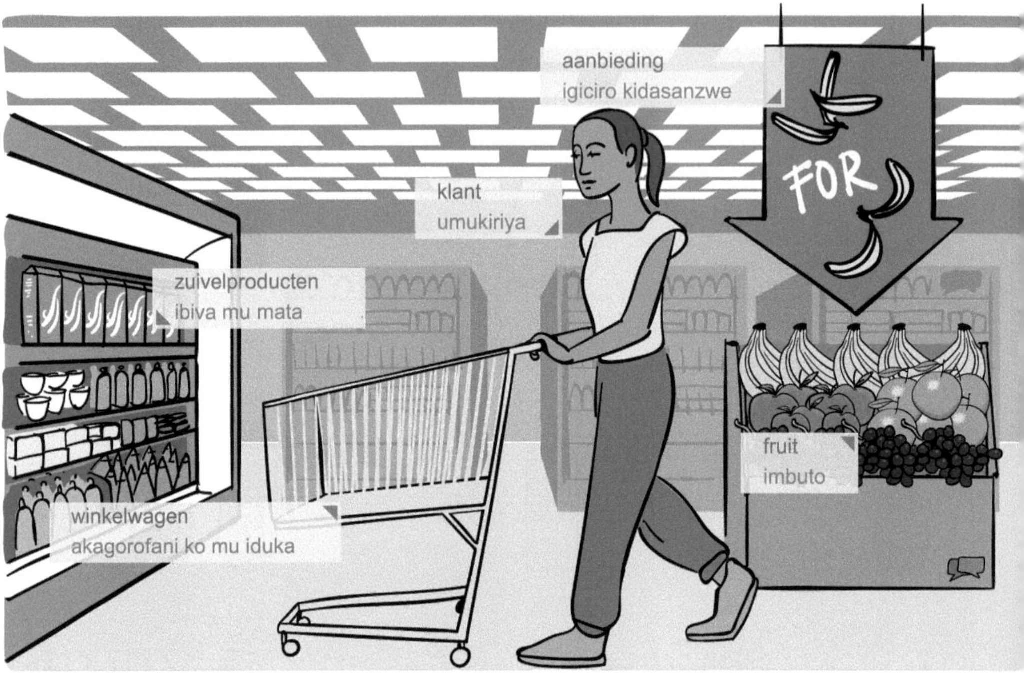

aanbieding
igiciro kidasanzwe
klant
umukiriya
zuivelproducten
ibiva mu mata
fruit
imbuto
winkelwagen
akagorofani ko mu iduka
FOR

BUTCHERS

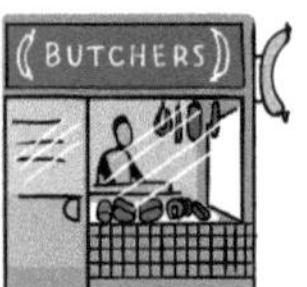

slagerij

busheri

BAKERY

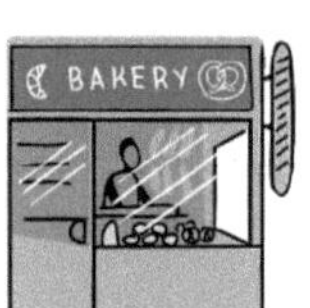

bakkerij

buranjeri

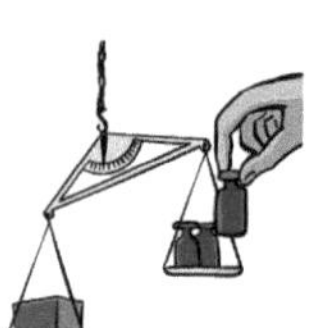

wegen

gupima ibiro

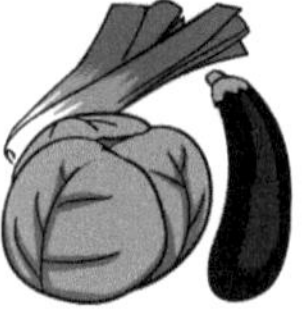

groenten

imboga

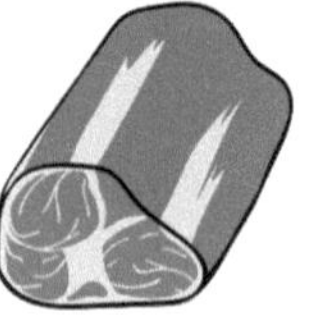

vlees

inyama

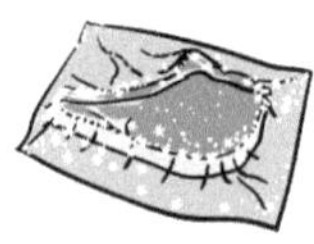

diepvriesvoedsel

ibiryo bakonjesheje

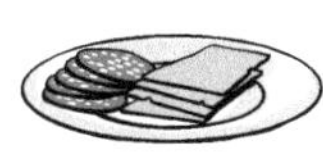

charcuterie

inyama zikonje

conserven

ibiryo byo mu makopo

waspoeder

isabune y'ifu

snoep

bombo

huishoudproducten

ibikoresho byo mu rugo

schoonmaakproducten

imiti isukura

verkoopster

umucuruzikazi

kassa

kukesa

kassier

umubitsi

boodschappenlijstje

urutonde rwo guhaha

openingstijden

amasaha haba hafunguye

portefeuille

ipotomoni

kredietkaart

ikarita ya banki

tas

umufuka

plastieken zakje

imifuko ya pulasitike

drankjes
ibinyobwa

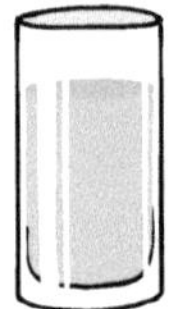

water

amazi

sap

umutobe

melk

amata

cola

koka

wijn

divayi

bier

byeri

alcohol

inzoga

cacao

shokora ishyushye

thee

icyayi

koffie

ikawa

espresso

ikawa ya esipereso

cappuccino

kapucino

banaan
umuneke

appel
pome

sinaasappel
icunga

meloen
wotameloni

citroen
indimu

wortel
karoti

knoflook
tungurusumu

bamboe
umugano

ajuin
urutunguru

champignon
icyoba

noten
ubunyobwa

noodles
amakaroni

spaghetti

spageti

rijst

umuceri

salade

salade

frieten

udufiriti

gebakken aardappelen

ibirayi by'ifiriti

pizza

piza

hamburger

hamburugeri

sandwich

sanduwici

kalfslapje

escalope

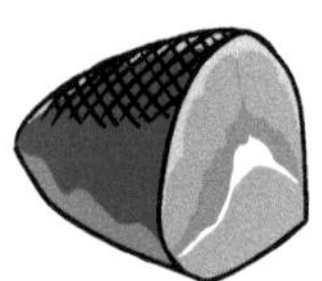

ham

jambo

salami

salami

worst

sosiso

kip

inkoko

braden

kotsa

vis

ifi

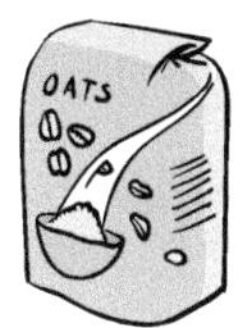

havervlokken

igikoma cy'uburo

muesli

pisitashi

cornflakes

impeke

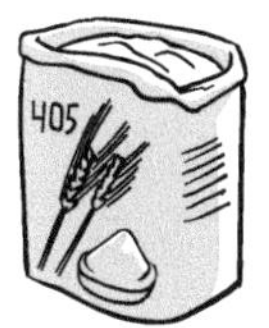

bloem

ifu

croissant

kuruwasa

pistolet

amandazi

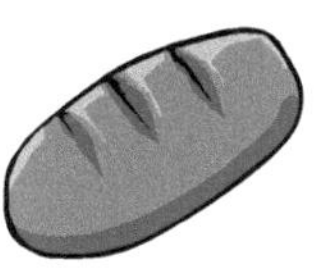

brood

umugati

toast

umugati wumishijwe

koekjes

ibisuguti

boter

amavuta

kwark

forumaje year

taart

keke

ei

igi

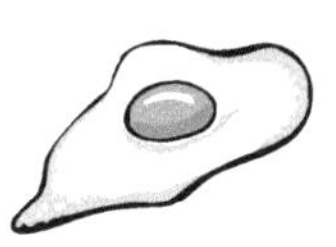

spiegelei

umureti

kaas

forumaje

ijs

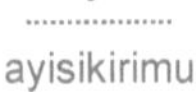

ayisikirimu

suiker

isukari

honing

ubuki

confituur

konfitire

choco

shokora

curry

kiri

boerderij
ifamu

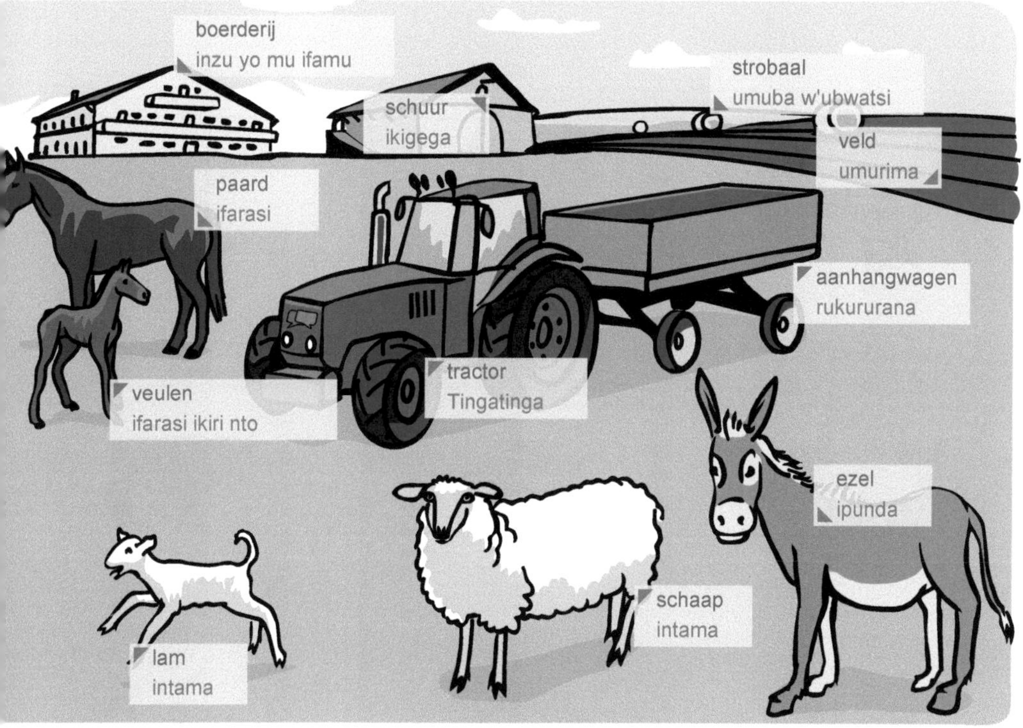

boerderij
inzu yo mu ifamu

strobaal
umuba w'ubwatsi

schuur
ikigega

veld
umurima

paard
ifarasi

aanhangwagen
rukururana

tractor
Tingatinga

veulen
ifarasi ikiri nto

ezel
ipunda

schaap
intama

lam
intama

geit

ihene

koe

inka

kalf

umutavu

varken

ingurube

biggetje

ikibwana k'ingurube

stier

ikimasa

gans

igishuhe

eend

imbata

kuiken

umushwi

kip

inkokokazi

haan

isake

rat

imbeba

kat

injangwe

muis

imbeba

os

ikimasa

hond

imbwa

hondenhok

ikiruka

tuinslang

itiyo ijyana mu karima

gieter

arozuwari

zeis

najuru

ploeg

imashini ihinga

sikkel

najuru

schoffel

isuka

hooivork

rato

bijl

ishoka

kruiwagen

ingorofani

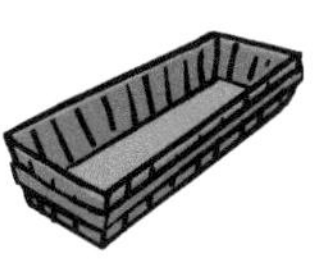

trog

ikibumbiro

melkkan

inkongoro

zak

igunira

hek

urugo

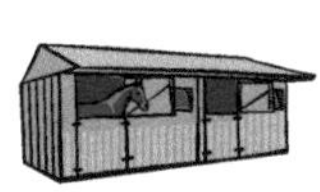

stal

ikiraro

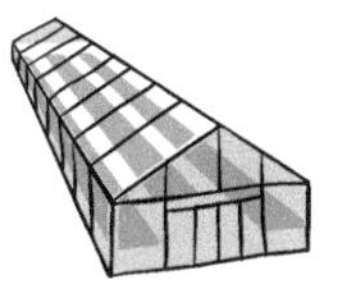

broeikas

inzu ihingwamo

bodem

ubutaka

zaad

imbuto zo gutera

mest

ifumbire

maaidorser

imashini isarura

oogsten

gusarura

oogst

umusaruro

yam

ibikoro

tarwe

ingano

soja

soya

aardappel

ikirayi

maïs

ikigori

koolzaad

umwayi weze

fruitboom

igiti k'imbuto

maniok

umwumbati

graan

impeke

huis
inzu

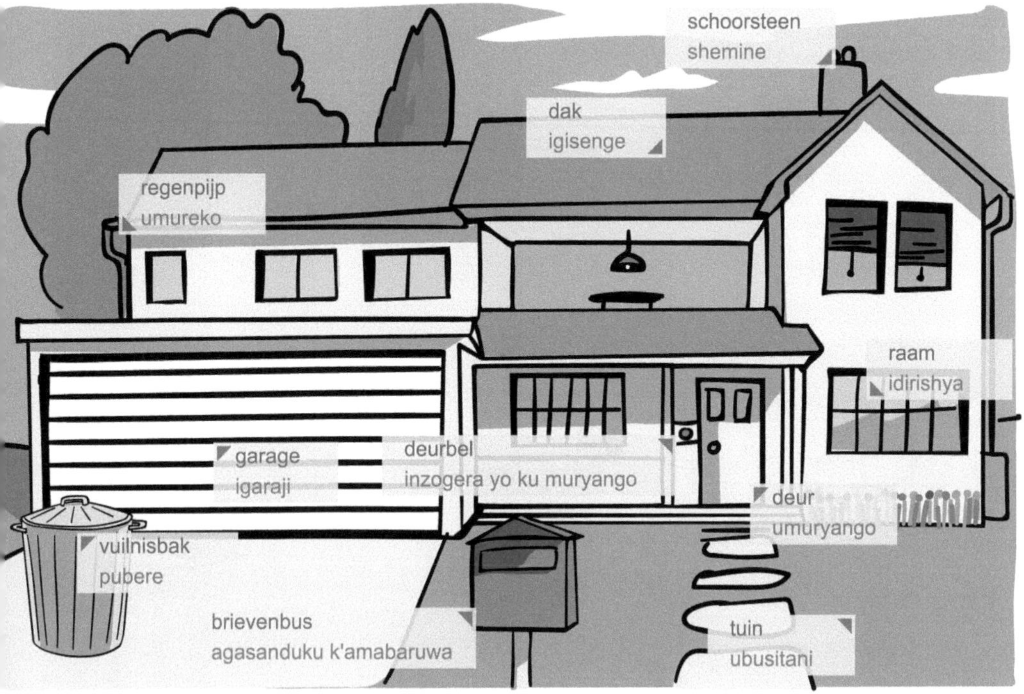

schoorsteen
shemine

dak
igisenge

regenpijp
umureko

raam
idirishya

garage
igaraji

deurbel
inzogera yo ku muryango

deur
umuryango

vuilnisbak
pubere

brievenbus
agasanduku k'amabaruwa

tuin
ubusitani

woonkamer
icyumba cy'uruganiriro

badkamer
ubwogero

keuken
igikoni

slaapkamer
icyumba cyo kuraramo

kinderkamer
icyumba cy'abana

eetkamer
uburiro

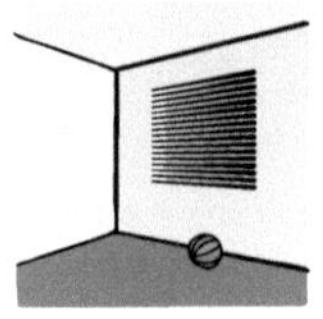

vloer

hasi

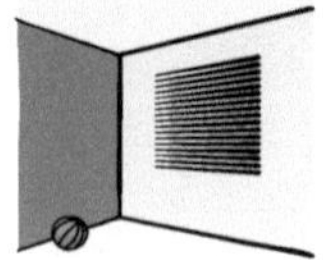

muur

urukuta

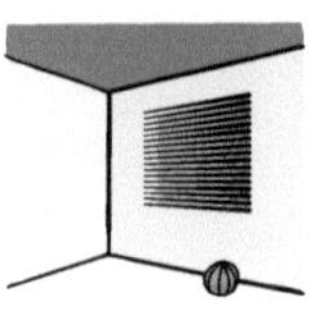

plafond

purafo

kelder

kave

sauna

sawuna

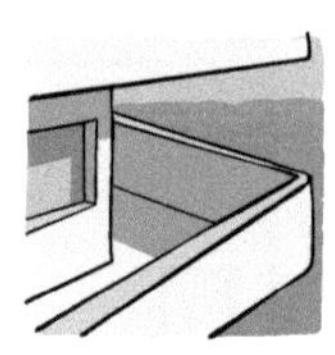

balkon

urubaraza

terras

ku rubaraza

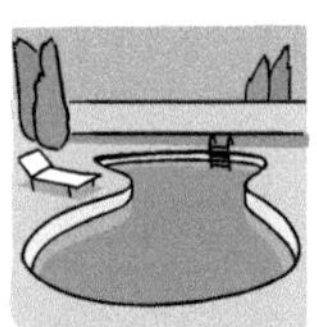

zwembad

pisine

grasmaaier

imashini ikupakupa

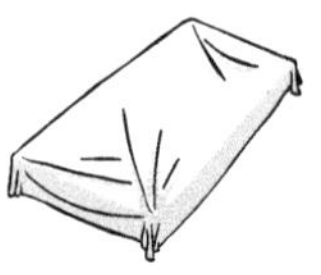

dekbedovertrek

umwenda utwikira

dekbed

kuvureri

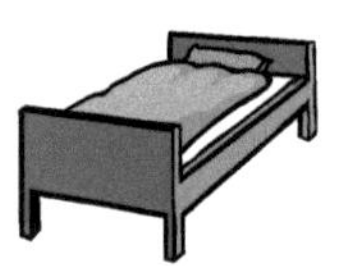

bed

igitanda

bezem

umweyo

emmer

indobo

schakelaar

enteributeri

woonkamer
icyumba cy'uruganiriro

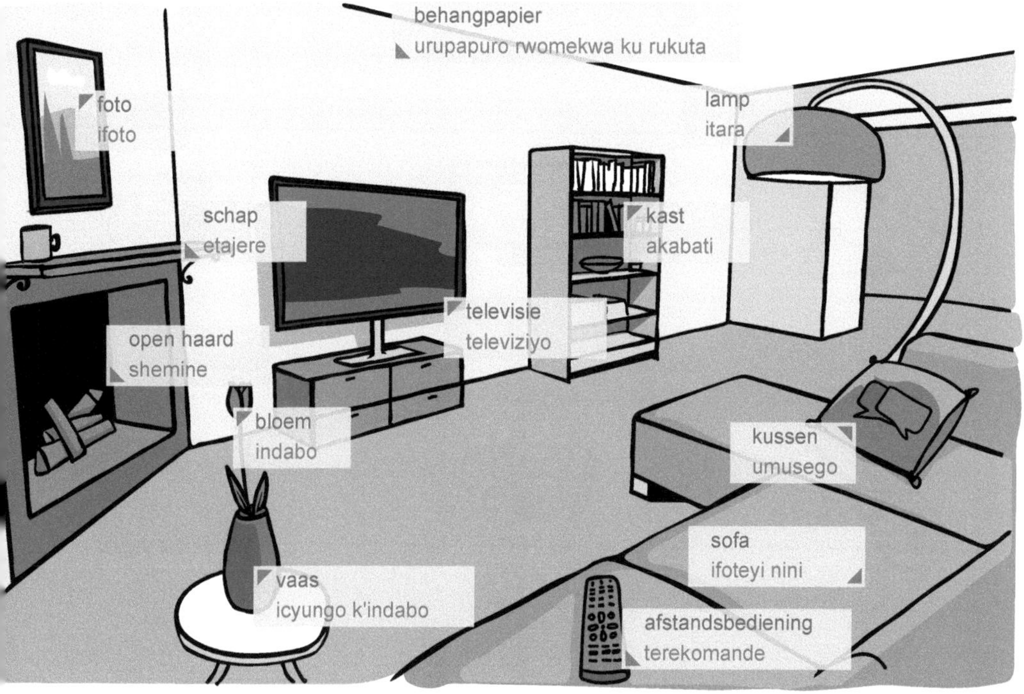

behangpapier
urupapuro rwomekwa ku rukuta

foto
ifoto

lamp
itara

schap
etajere

kast
akabati

open haard
shemine

televisie
televiziyo

bloem
indabo

kussen
umusego

sofa
ifoteyi nini

vaas
icyungo k'indabo

afstandsbediening
terekomande

mat
itapi

gordijn
rido

tafel
ameza

stoel
intebe

schommelstoel
intebe yizengurutsa

fauteuil
ifoteyi

boek

igitabo

deken

uburingiti

decoratie

umutako

brandhout

inkwi

film

filimi

stereo-installatie

ibikoresho bya hifi

sleutel

urufunguzo

krant

ikinyamakuru

schilderij

ishusho

poster

icyapa

radio

iradiyo

notitieboekje

ikarine

stofzuiger

umweyo wa kizungu ukoresha umwka

cactus

ikimungu

kaars

buji

keuken
igikoni

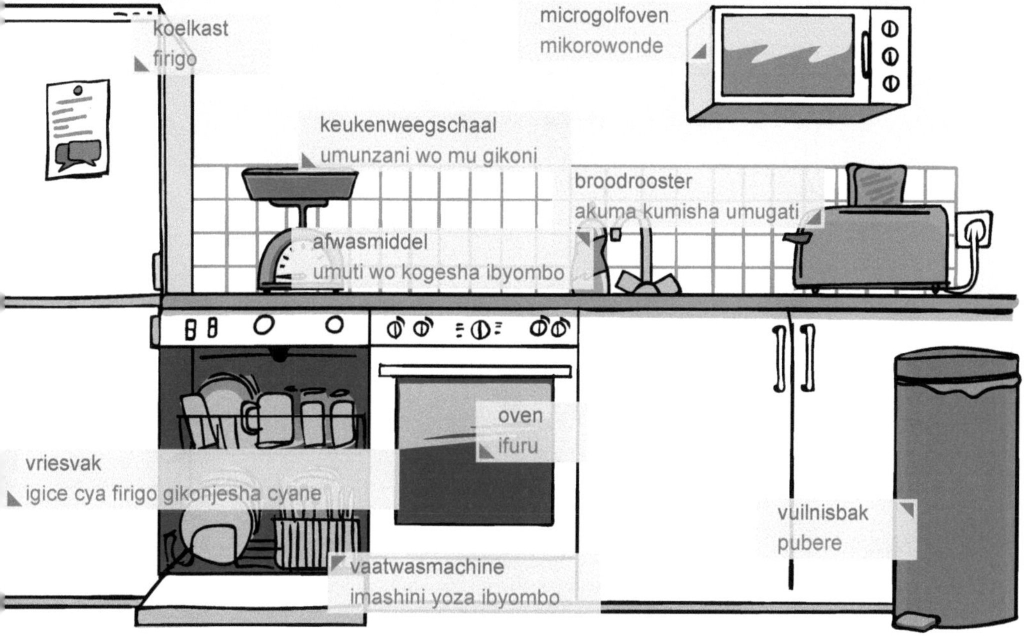

koelkast
firigo

microgolfoven
mikorowonde

keukenweegschaal
umunzani wo mu gikoni

broodrooster
akuma kumisha umugati

afwasmiddel
umuti wo kogesha ibyombo

oven
ifuru

vriesvak
igice cya firigo gikonjesha cyane

vuilnisbak
pubere

vaatwasmachine
imashini yoza ibyombo

fornuis
iziko

pot
icyungo

gietijzeren pot
inkono y'icyuma

wok / kadai
ipanu ifukuye cyane

pan
ipanu

waterkoker
ibirika

stoomkoker

isafuriya ya peresiyo

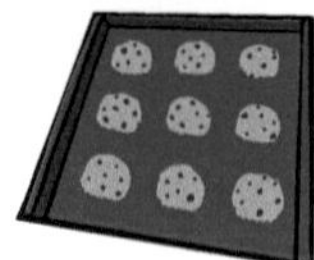

bakplaat

isahani yo mu ifuru

servies

ibyombo

mok

igikombe

kom

isorori

eetstokjes

uduti abashinwa barisha

pollepel

ikiyiko kigabura

spatel

Ikiyiko cyarura ifiriti

garde

umutozo

vergiet

paswari

zeef

akayunguruzo

rasp

agaharuzo ka karoti

mortier

isekuru

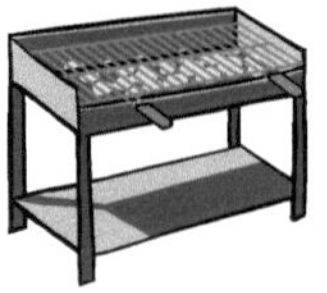

barbecue

icyokezo

haardvuur

shomine

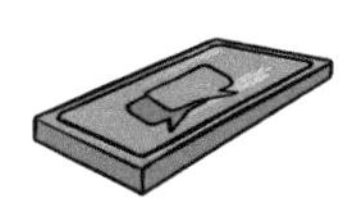

snijplank

....

akabaho ko gukatiraho imboga

deegrol

....

umwuko

kurkentrekker

....

urufunguzo rwa divayi

blik

....

agakopo

blikopener

....

urufunguzo rw'amakopo

pannenlap

....

umukondo w'icyungo

gootsteen

....

ravabo

borstel

....

uburoso

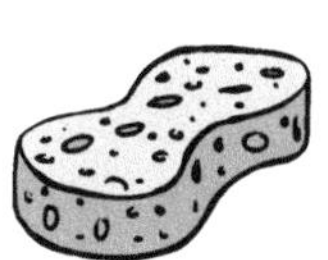

spons

....

iponji

blender

....

mixer

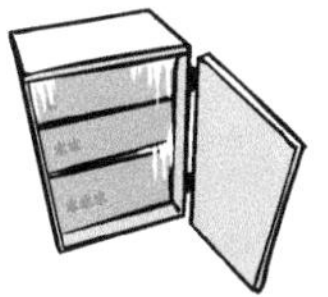

vriezer

....

firigo itambitse

papfles

....

bibero

kraan

....

robine

badkamer
ubwogero

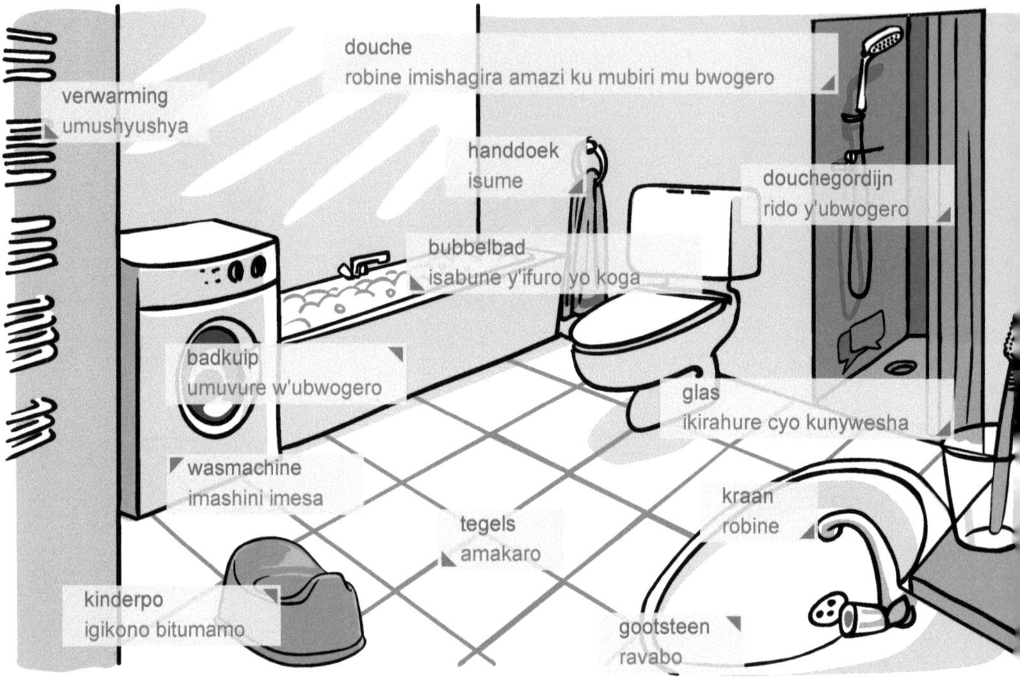

verwarming
umushyushya

douche
robine imishagira amazi ku mubiri mu bwogero

handdoek
isume

douchegordijn
rido y'ubwogero

bubbelbad
isabune y'ifuro yo koga

badkuip
umuvure w'ubwogero

glas
ikirahure cyo kunywesha

wasmachine
imashini imesa

kraan
robine

tegels
amakaro

kinderpo
igikono bitumamo

gootsteen
ravabo

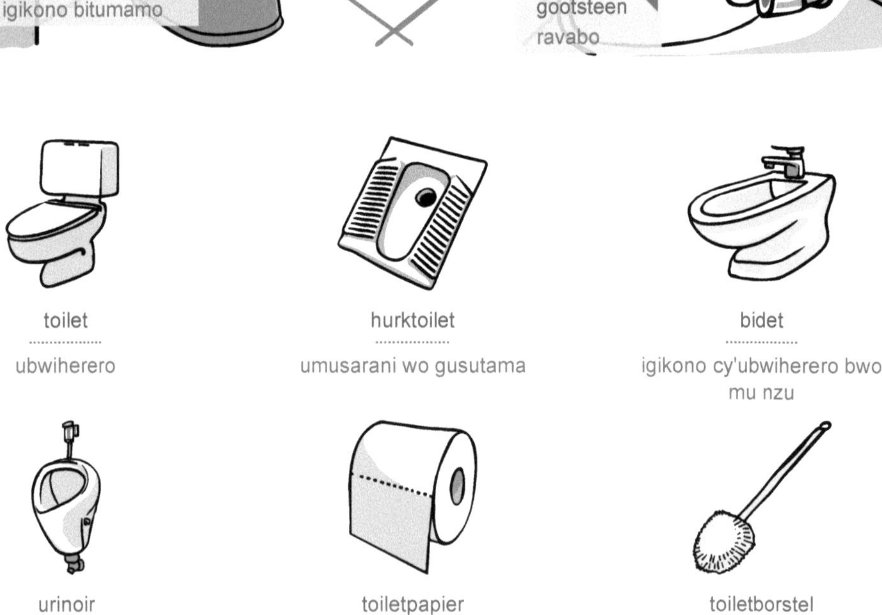

toilet
ubwiherero

hurktoilet
umusarani wo gusutama

bidet
igikono cy'ubwiherero bwo mu nzu

urinoir
aho bihagarika

toiletpapier
papiyejenike

toiletborstel
uburoso bwo mu bwiherero

tandenborstel

uburoso bw'amenyo

tandpasta

korogati

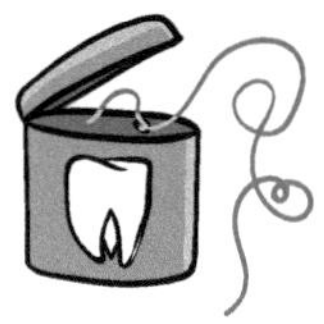

flosdraad

akagozi ko kwihaganyuza amenyo

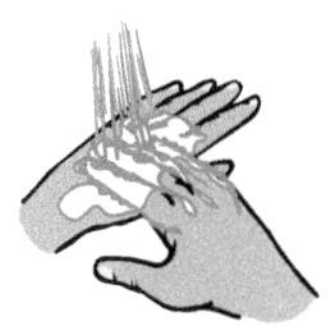

wassen

gukaraba

handdouche

akamishagira amazi ku mubiri bafata mu ntoki

bidethanddouche

ubwogero bw'amazi yisuka

waskom

avabo bakarabiramo intoki

rugborstel

uburoso bwo kwitsiritisha mu mugongo

zeep

isabune

douchegel

isabune yo mu bwogero

shampoo

isabune yo kumeshesha umusatsi

washandje

icyangwe cyo kwiyuhagiza

afvoer

kuyobora amazi yanduye

crème

ikimuri

deodorant

umubavu

spiegel

ikirori cyo mu ntoki

handspiegel

ikirori cyo mu ntoki

scheermes

urwembe

scheerschuim

ifuro ryo kurinda imiburu

aftershave

umuti ukingira imiburu

kam

igisokozo

borstel

uburoso

haardroger

imashini yumisha umusatsi

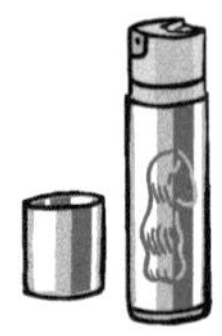

haarlak

amarashi y'umusatsi

make-up

igishahuro cyo kwitera

lippenstift

rujalevure

nagellak

verini y'inzara

watten

ipamba

nagelknipper

agasena inzara

parfum

umubavu

toilettas

agafuka k'ibikoresho byo mu bwogero

kruk

intebe

weegschaal

umunzani

badjas

ikanzu yo kujyana mu bwogero

latex handschoenen

udupfukantoki two gusukuza

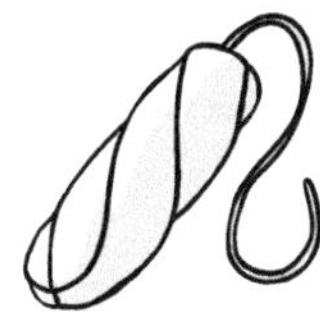

tampon

urubindo

maandverband

udupapuro two wihanaguza mu bwiherero

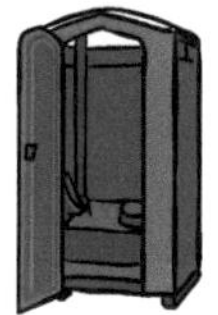

chemisch toilet

ubwiherero bwimukanwa

kinderkamer
icyumba cy'abana

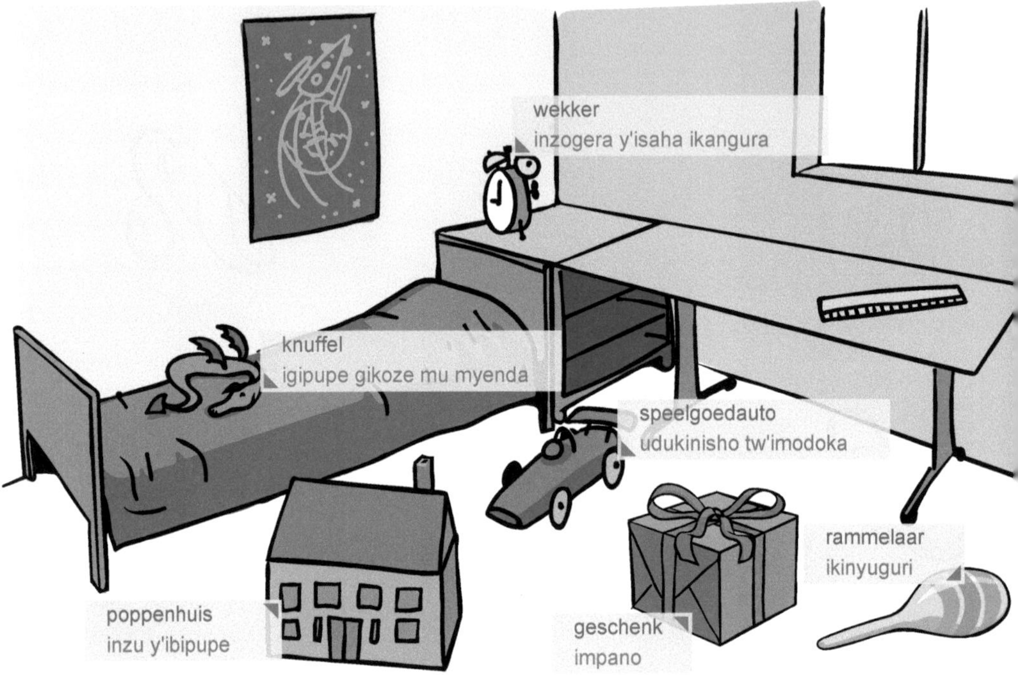

wekker
inzogera y'isaha ikangura
knuffel
igipupe gikoze mu myenda
speelgoedauto
udukinisho tw'imodoka
rammelaar
ikinyuguri
poppenhuis
inzu y'ibipupe
geschenk
impano

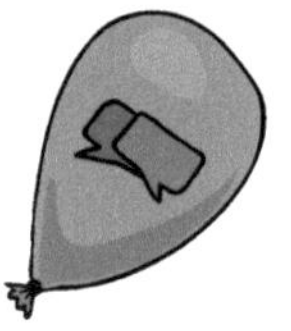

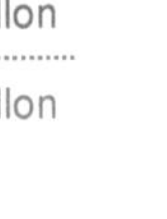

ballon

ballon

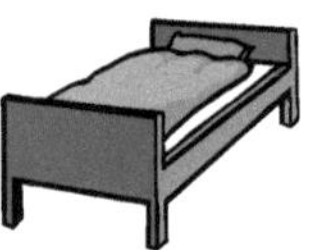

bed

igitanda

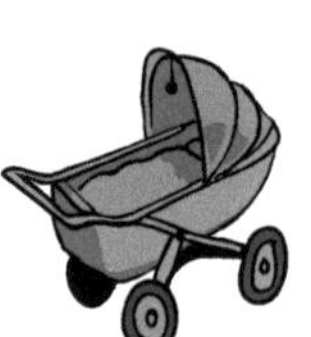

kinderwagen

agapusipusi

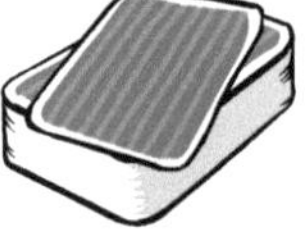

spel kaarten

amakarita

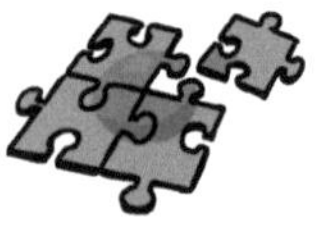

puzzel

kubaka ishusho bacagaguye

SUPER MEGA

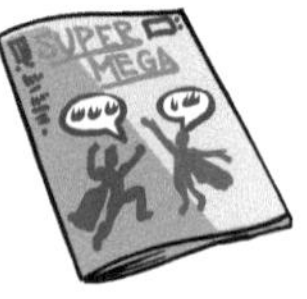

stripboek

inkuru isetsa

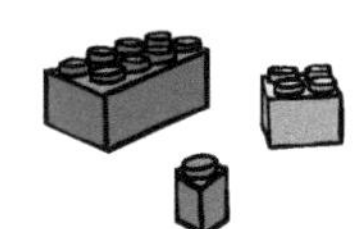

legoblokjes

gucomekanya udutafari

blokken

udutafari tw'udukinisho

actiefiguur

igikinisho

kruippakje

ipinjama y'uruhinja

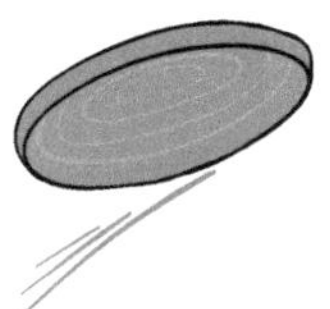

frisbee

gutera indege

mobiel

terefoni ngendanwa

bordspel

imikino yo kuganiriraho

dobbelsteen

igisoro

modelspoorweg

gariyamoshi y'igikinisho

fopspeen

ikinyonyo

feest

umunsi mukuru

prentenboek

arubumu

bal

umupira

pop

agapupe

spelen

gukina

zandbak

igikarito cy'umucanga

schommel

urwicundo

speelgoed

ibikinisho

spelconsole

agasanduku k'imikino yo kuri videwo

driewieler

akagare k'imipine itatu

knuffelbeer

igipupe k'ibyoya

kleerkast

akabati k'imyenda

kleding

imyambaro

sokken

amasogisi

kousen

amasogisi afatanye n'ikariso

maillot

kora

sjaal
akitero
paraplu
umutaka
T-shirt
agapira ko hejuru
riem
umukandara
laarzen
bote
slippers
inkweto zo kubyukana
sneakers
superese
sandalen
isandari
schoenen
inkweto
rubberlaarzen
bote za kawucu
onderbroek
imyenda y'imbere
beha
isutiye
onderhemd
isengeri

lichaam

body

broek

ipantalo

jeans

ikoboyi

rok

ijipo

blouse

ishati y'abagore

hemd

ishati

trui

umupira w'imbeho

capuchontrui

umupira w'ingofero

blazer

agakoti

jas

ijaketi

jas

ikoti

regenjas

ikoti ry'imvura

kostuum

umwambaro w'ibikino

jurk

ikanzu

trouwjurk

ikanzu y'abageni

pak

kostitimu

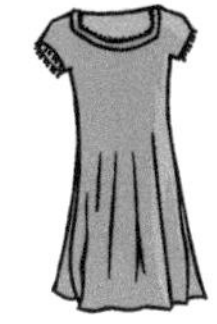

nachthemd

ikanzu yo kurarana

pyjama

ipinjama

sari

mukenyero w'abahindikazi

hoofddoek

igitambaro cyo mu mutwe

tulband

urugori

boerka

umwitandiro uhisha isura

kaftan

ikanzu ndende

abaya

igishura

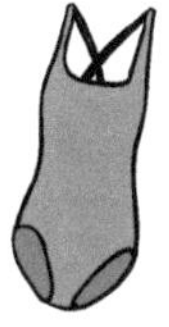

badpak

imyenda yo kwidumbaguzanya

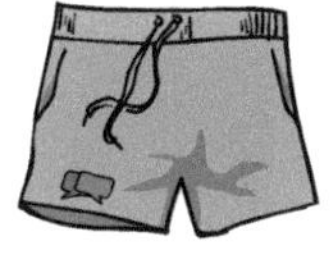

zwembroek

ikariso yo kwidumbaguzanya

short

ikabutura

trainingspak

tereningi

schort

itaburiya

handschoenen

udupfukantoki

knoop

igipesu

bril

amadarubindi

armband

igikomo

ketting

umukufi

ring

impeta

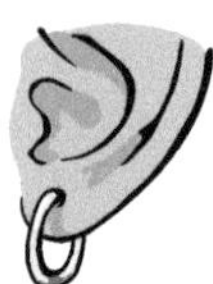

oorbel

iherena

pet

ingofero

kapstok

porutemanto

hoed

ingofero

das

karuvati

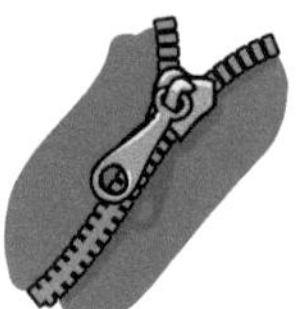

rits

imashini yo ku mwenda

helm

kasike

bretellen

amaburuteri

schooluniform

umwambaro w'ishuri

uniform

impuzankano

slabbetje

agakingirankonda

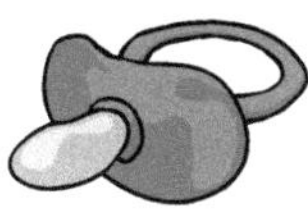

fopspeen

ikinyonyo

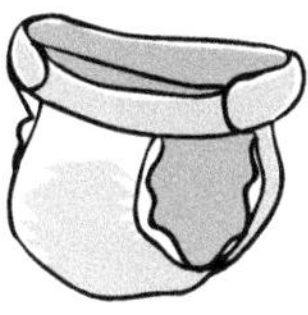

luier

amaranje

kantoor

ibiro

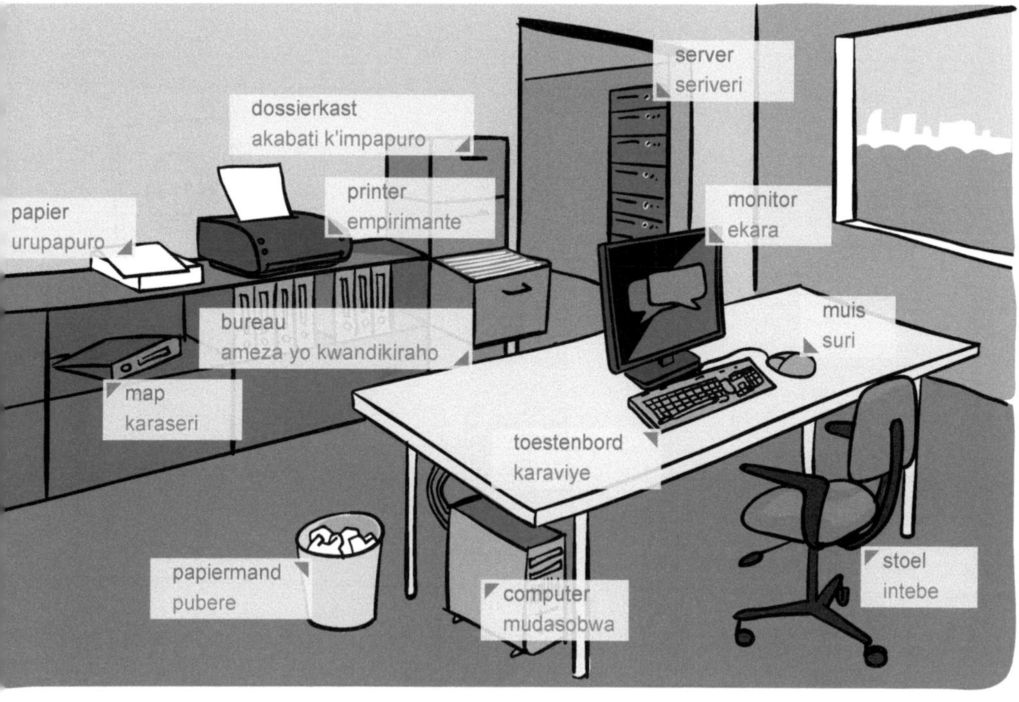

server
seriveri

dossierkast
akabati k'impapuro

printer
empirimante

papier
urupapuro

monitor
ekara

muis
suri

bureau
ameza yo kwandikiraho

map
karaseri

toestenbord
karaviye

papiermand
pubere

computer
mudasobwa

stoel
intebe

koffiemok

igikombe k'ikawa

rekenmachine

akabarisho

internet

enterineti

laptop

laputopu

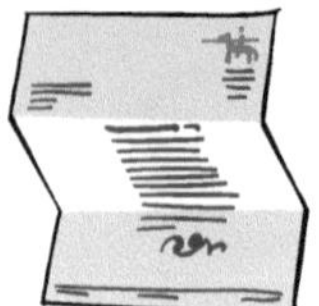

brief

ibaruwa

bericht

ubutumwa

gsm

ngendanwa

netwerk

netiwake

kopieerapparaat

fotokopiyeze

software

porogaramu

telefoon

telefoni

stopcontact

purize

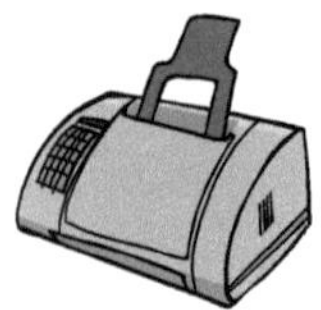

fax

imashini yohereza fagisi

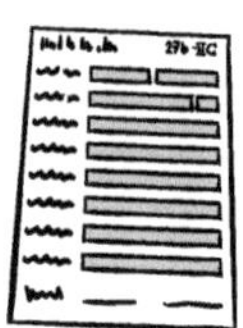

formulier

fomu

document

inyandiko

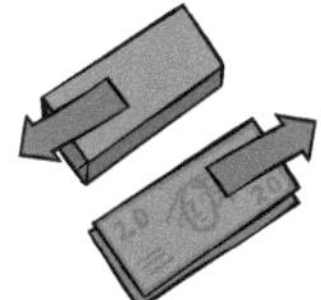

kopen

kugura

betalen

kwishyura

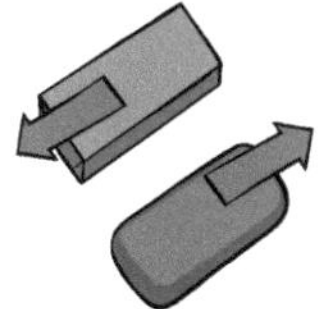

handelen

gucuruza

geld

amafaranga

dollar

idorari

euro

iyero

yen

iyeni

roebel

irubure

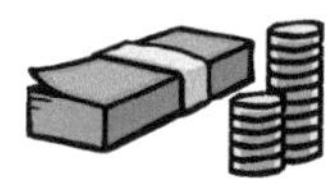

Zwitserse frank

ifaranga ry'irisuwisi

Chinese renminbi

iriyuwani

roepie

irupi

geldautomaat

icyuma cya banki babikurizaho

wisselkantoor

ku muvunjayi

goud

zahabu

zilver

feza

olie

peteroli

energie

ingufu z'amashanyarazi

prijs

igiciro

contract

kontaro

belasting

tagisi

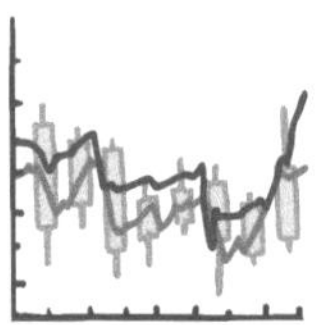

aandeel

isoko ryo kugura no kugurisha

werken

gukora

werknemer

umukozi

werkgever

umukoresha

fabriek

uruganda

winkel

iduka

beroepen
imirimo

politieagent
umupolisi

brandweerman
umuzimyamuriro

kok
umutetsi

dokter
muganga

piloot
umupilote

tuinman

umujaridiniye

timmerman

umubaji

naaister

umudozi

rechter

umucamanza

chemicus

umunyabutabire

acteur

umukinnyi wa filimi

buschauffeur
....
umushoferi wa bisi

taxichauffeur
....
umushoferi wa tagisi

visser
....
umurobyi

schoonmaakster
....
umugore ushinzwe gukora isuku

dakdekker
....
umufundi usakara

ober
....
umuseriveri

jager
....
umuhigi

schilder
....
umuntu usiga irangi

bakker
....
Umuntu ukora imigati

elektricien
....
Umuntu ukora mu mashanyarazi

bouwvakker
....
umufundi

ingenieur
....
injenyeri

slager
....
umubazi

loodgieter
....
umutnu ukora mu mazi

postbode
....
umuparanto

soldaat

umusirikare

architect

umwubatsi

kassier

umubitsi

bloemist

muntu ukora mu by'indabo

kapper

kimyozi

conducteur

komvuwayeri

mecanicien

umukanishi

kapitein

kapiteni

tandarts

muganga w'amenyo

wetenschapper

umuhanga muri siyansi

rabbijn

rabi

imam

imamu

monnik

umumwane

geestelijke

umuyobozi w'idini

werktuigen
ibikoresho

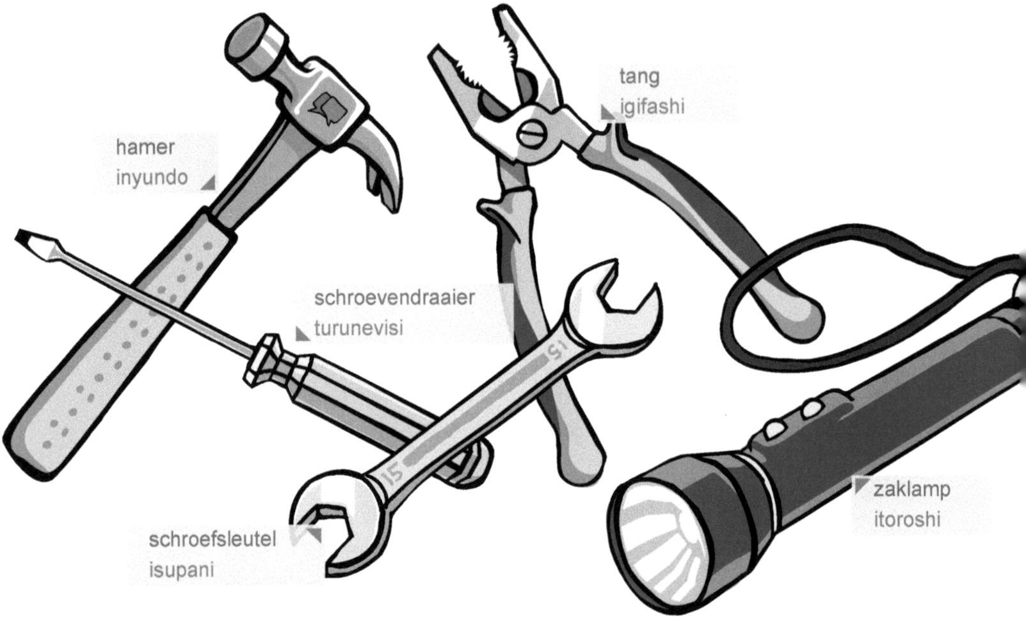

hamer
inyundo

tang
igifashi

schroevendraaier
turunevisi

schroefsleutel
isupani

zaklamp
itoroshi

graafmachine
ipiki

gereedschapskoffer
isanduku y'ibikoresho

ladder
urwego

zaag
urukero

spijkers
imisumari

boormachine
itindo

repareren

gusana

schop

igitiyo

Verdomme!

wo gacwa we

blik

igitiyo

verfpot

igikombe k'irangi

schroeven

amavisi

muziekinstrumenten
ibyuma by'umuziki

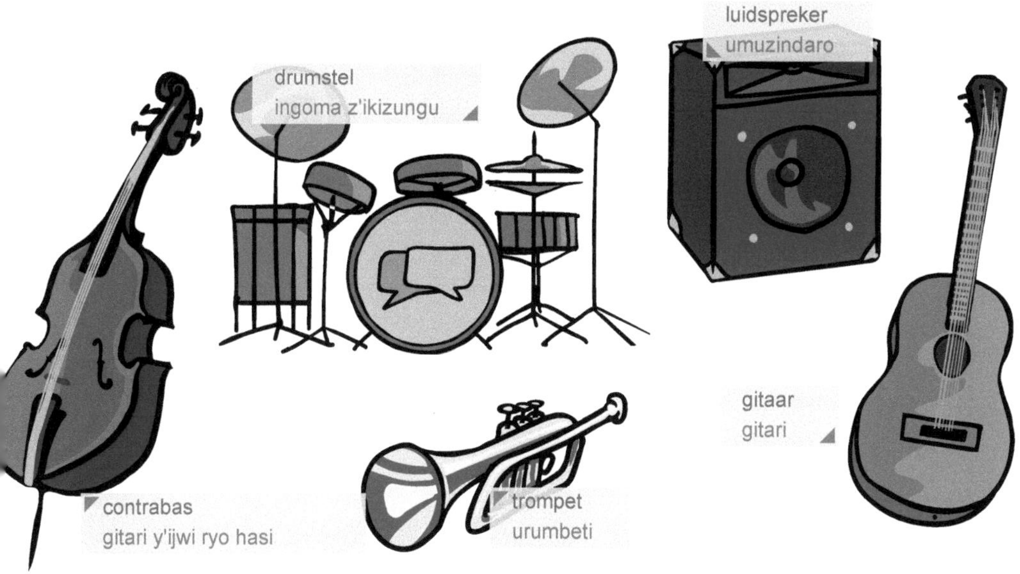

luidspreker
umuzindaro

drumstel
ingoma z'ikizungu

gitaar
gitari

contrabas
gitari y'ijwi ryo hasi

trompet
urumbeti

piano

piyano

viool

iningiri

basgitaar

gitari idunda

pauk

sembare

trommels

ingoma

keyboard

inanga ya kizungu

saxofoon

sagisofone

fluit

umwirongi

microfoon

indangururamajwi

ZOO

ZOO

tijger
igitaragwe

kooi
ikibuti

ingang
umuryango

zebra
imparage

diereneten
ibiryo by'amatungo

panda
panda

dieren

inyamaswa

olifant

inzovu

kangoeroe

kanguru

neushoorn

inkura

gorilla

ingagi

beer

idubu

kameel

ingamiya

struisvogel

imbuni

leeuw

intare

aap

inguge

flamingo

uruyongoyongo

papegaai

gasuku

ijsbeer

idubu yo mu bukonie

pinguïn

inyoni yo ku mazi

haai

igifi kinini

pauw

inyoni y'amasunzu

slang

inzoka

krokodil

ingona

dierenverzorger

umurinzi

zeehond

umuhuri

jaguar

ingwe

pony

icyana k'ifarasi

luipaard

ingwe

nijlpaard

imvubu

giraffe

umusumbarembo

adelaar

inkona

wild zwijn

isatura

vis

ifi

zeeschildpad

akanyamasyo

walrus

igifi k'imikaka

vos

umuhari

gazelle

isha

sporten
Imikino

activiteiten
ibikorwa

springen
gusimbuka

knuffelen
guhobera

lachen
guseka

wandelen
kugenda

zingen
kuririmba

dromen
kurota

bidden
gusenga

kussen
gusomana

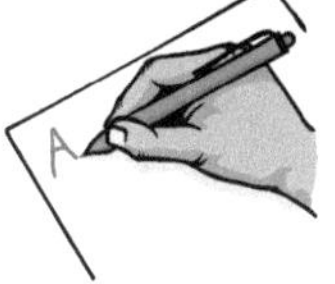

schrijven

kwandika

tekenen

gushushanya

tonen

kwerekana

duwen

gusunika

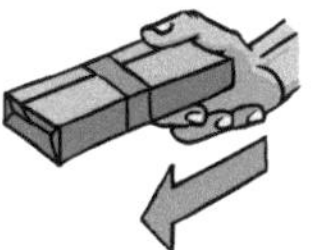

geven

gutanga

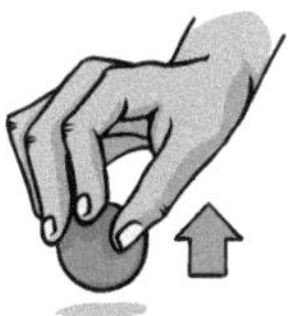

nemen

gufata

hebben
kugira

doen
gukora

zijn
kuba

staan
guhaguruka

lopen
kwiruka

trekken
gukurura

gooien
kujugunya

vallen
kugwa

liggen
kuryama

wachten
gutegereza

dragen
kwikorera

zitten
kwicara

aankleden
kwambara

slapen
gusinzira

ontwaken
gukanguka

kijken naar

kureba

wenen

kurira

aaien

kwagaza

kammen

gusokoza

praten

kuvuga

begrijpen

gusobanukirwa

vragen

kubaza

luisteren

kumva

drinken

kunywa

eten

kurya

opruimen

gushyira ku murongo

houden van

gukunda

koken

guteka

rijden

gutwara imodoka

vliegen

kuguruka

zeilen

kugashya

rekenen

kubara

Lezen

gusoma

leren

kwiga

werken

gukora

trouwen

kurongora

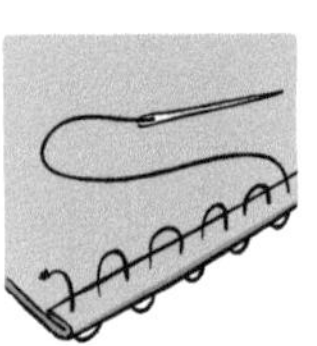

naaien

kudoda

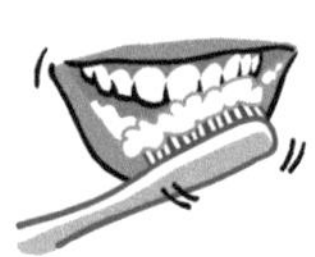

tandenpoetsen

uburoso bw'amenyo

doden

kwica

roken

kunywa itabi

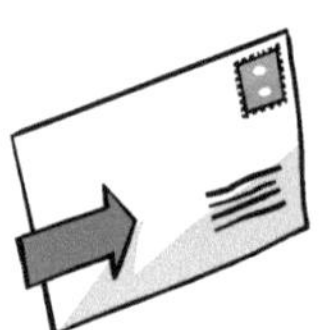

sturen

kohereza

familie
umuryango

grootmoeder
nyogokuru

grootvader
sogokuru

vader
papa

moeder
mama

baby
uruhinja

dochter
umwana w'umukobwa

zoon
umwana w'umuhungu

gast
umushyitsi

tante
masenge

oom
marume

broer
musaza wange

zus
mushiki wange

lichaam
umubiri

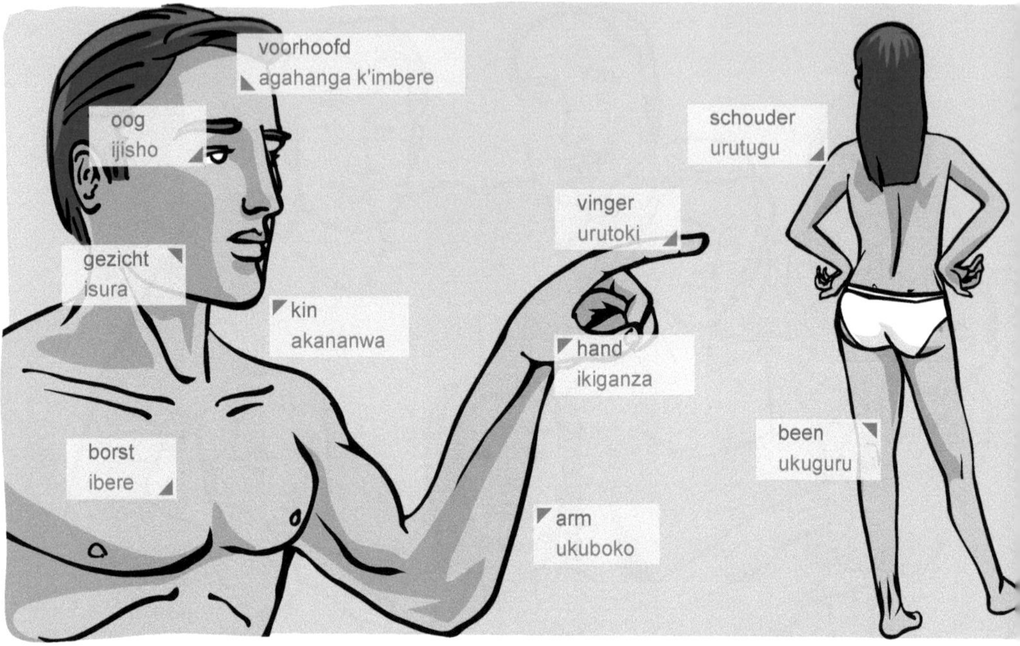

voorhoofd
agahanga k'imbere

oog
ijisho

schouder
urutugu

vinger
urutoki

gezicht
isura

kin
akananwa

hand
ikiganza

borst
ibere

been
ukuguru

arm
ukuboko

baby

uruhinja

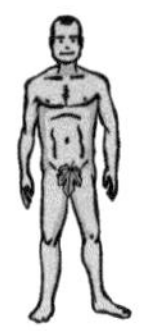

man

umugabo

vrouw

umugore

meisje

umukobwa

jongen

umuhungu

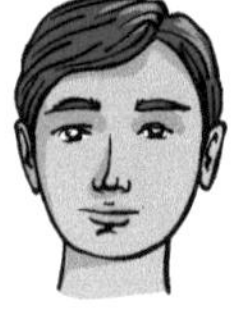

hoofd

umutwe

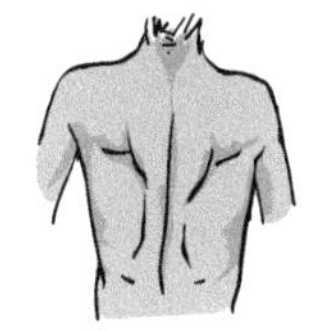

rug

umugongo

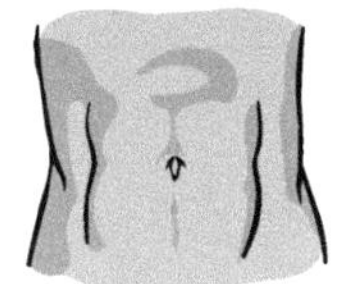

buik

inda

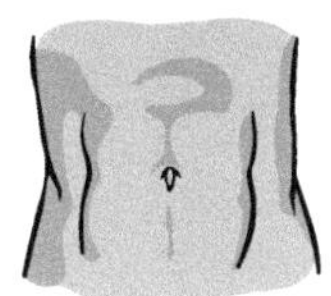

navel

umukondo

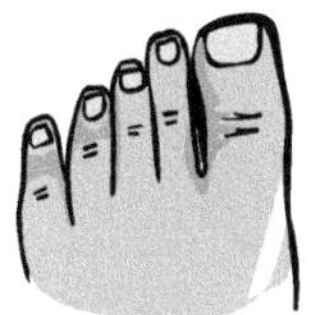

teen

ino

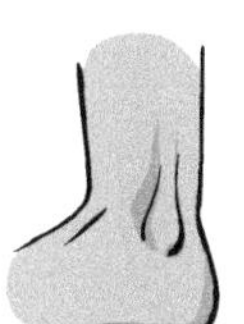

hiel

agatsinsino

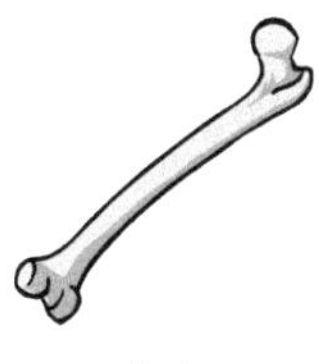

bot

igufa

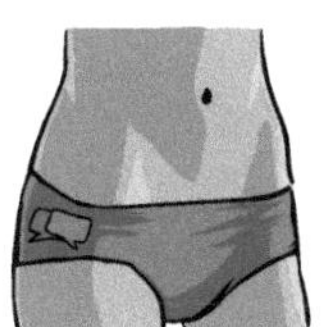

heup

amayunguyungu

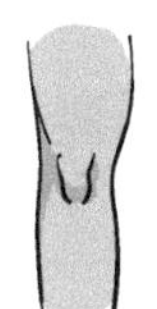

knie

ivi

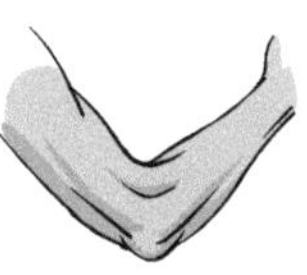

elleboog

inkokora

neus

izuru

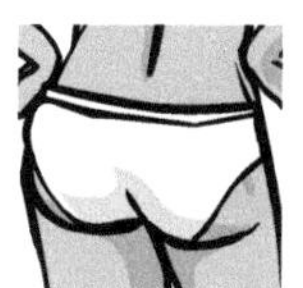

zitvlak

ikibuno

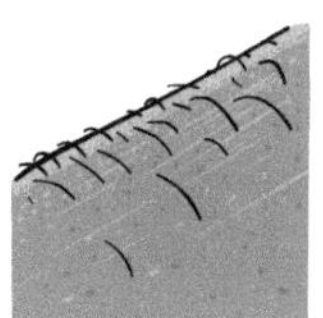

huid

uruhu

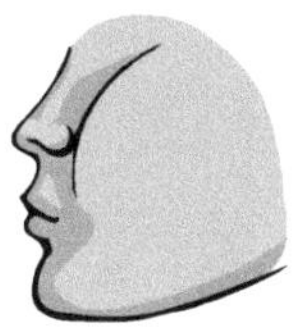

wang

itama

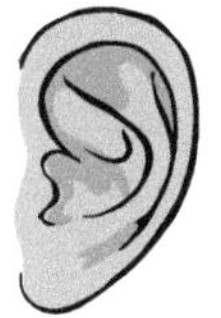

oor

ugutwi

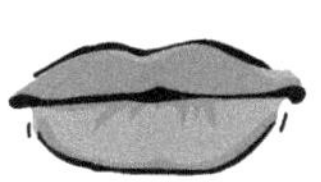

lip

umunwa

mond
mu munwa

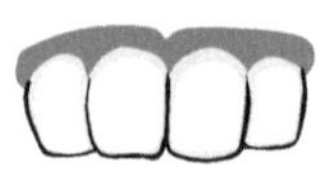

tand
iryinyo

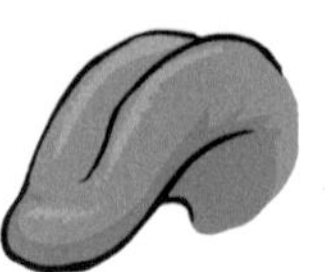

tong
ururimi

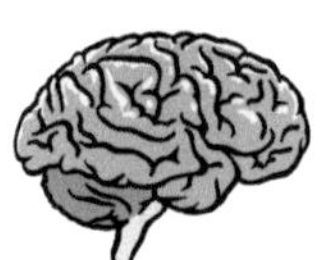

hersenen
ubwonko

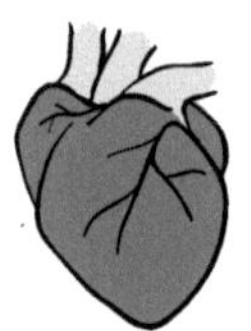

hart
umutima

spier
umutsi

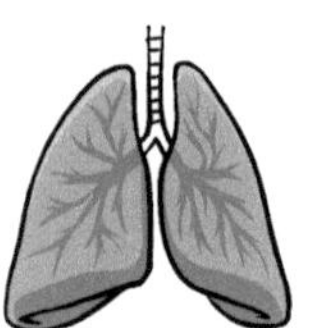

long
ibihaha

lever
umwijima

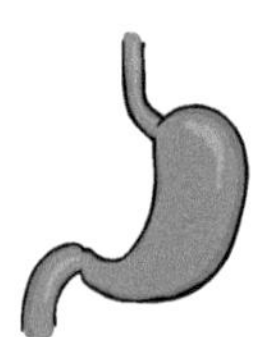

maag
igifu

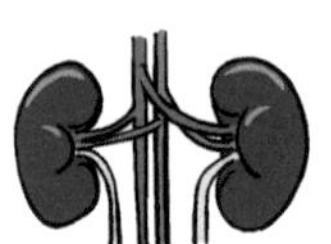

nieren
impyiko

seks
igitsina

condoom
agakingirizo

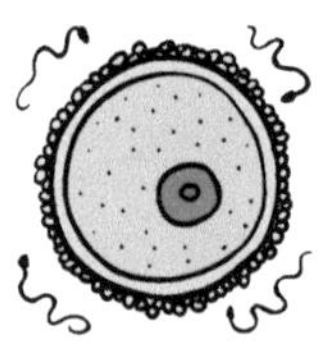

eicel
intanga

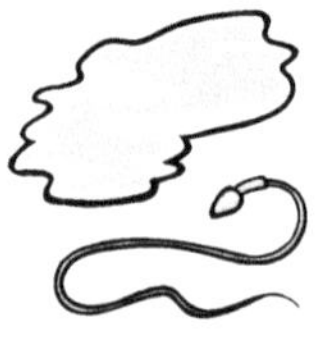

sperma
amasohoro

zwangerschap
gusama inda

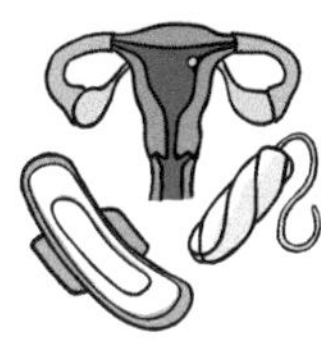

menstruatie

imihango

vagina

igituba

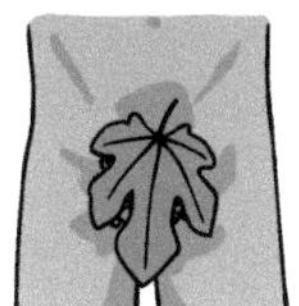

penis

imboro

wenkbrauw

ibitsike

haar

umusatsi

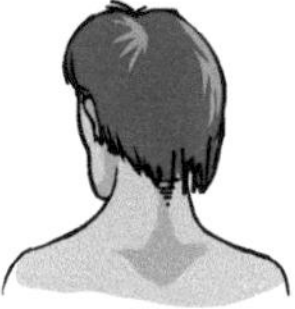

nek

ijosi

ziekenhuis

ibitaro

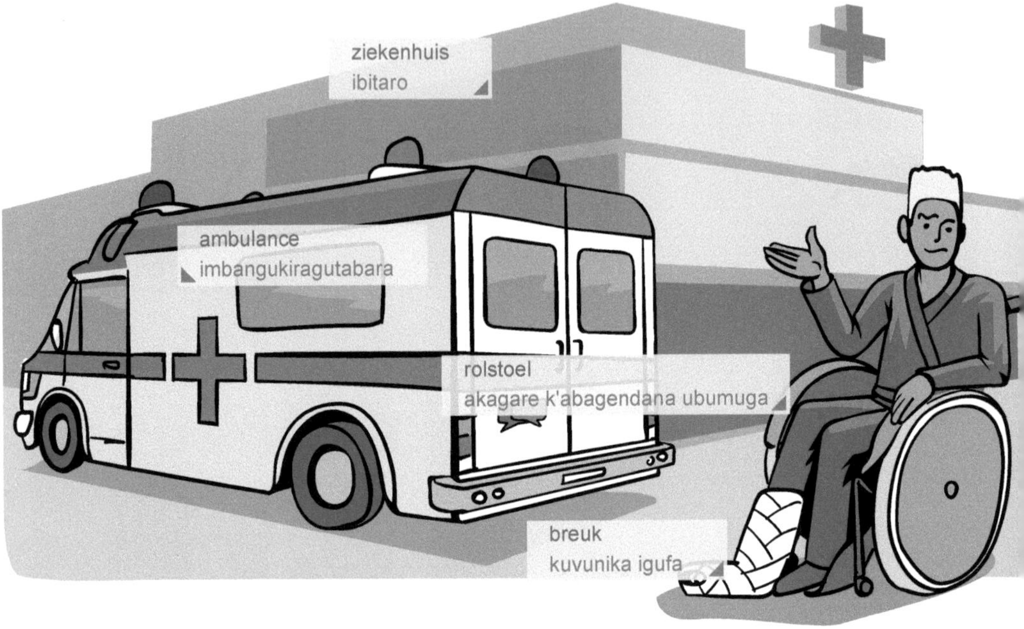

ziekenhuis
ibitaro

ambulance
imbangukiragutabara

rolstoel
akagare k'abagendana ubumuga

breuk
kuvunika igufa

dokter

muganga

spoed

icyumba k'indembe

verpleegkundige

umuforomo kazi

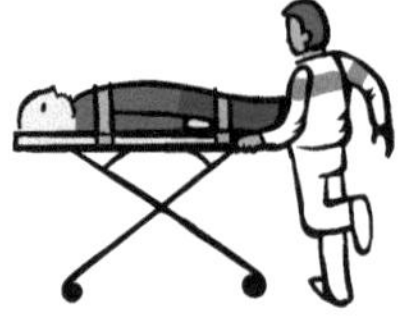

noodgeval

mu ndembe

bewusteloos

guta ubwenge

pijn

ububabare

verwonding

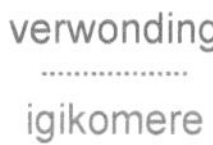

igikomere

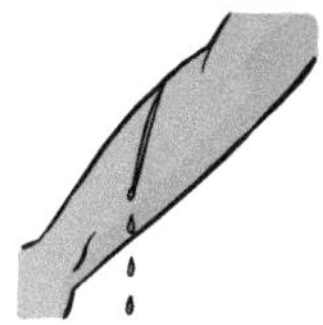

bloeding

kuva amaraso

hartaanval

gufatwa n'umutima

beroerte

kuziba k'udutsi two mu bwonko

allergie

kwivumbura k'umubiri

hoest

inkorora

koorts

umuriro

griep

ibicurane

diarree

impiswi

hoofdpijn

kurwara umutwe

kanker

kanseri

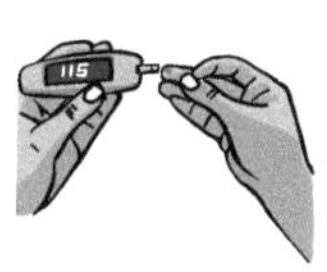

diabetes

diyabete

chirurg

muganga ubaga

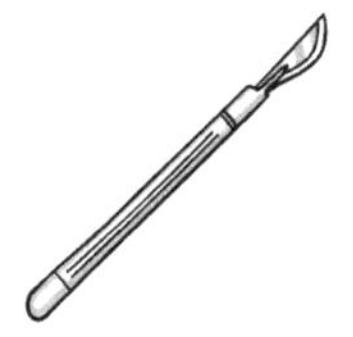

scalpel

icyuma kibaga umurwayi

operatie

kubagwa

CT

ifoto yo mu cyuma

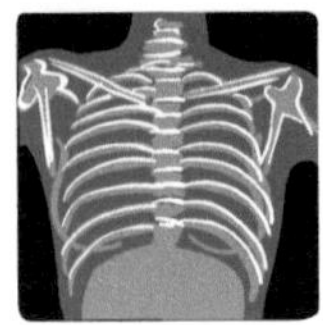

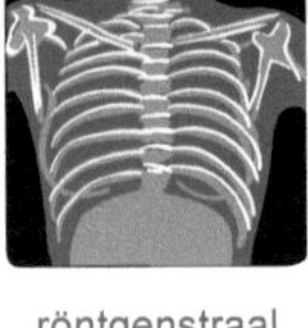

röntgenstraal

radiyo

ultrageluid

isuzuma rikoresha amajwi

gezichtsmasker

agapfukamunwa

ziekte

indwara

wachtkamer

icyumba bategererezamo

kruk

imbago yo kwicumba

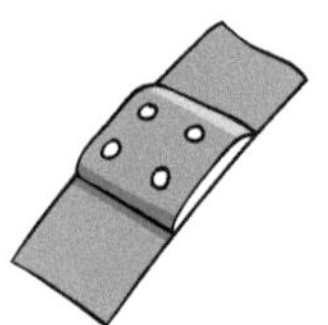

pleister

pasema

verband

igipfuko

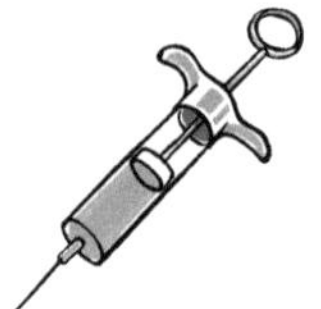

injectie

urushinge

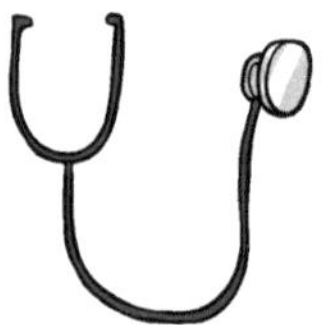

stethoscoop

igipimo cy'umutima

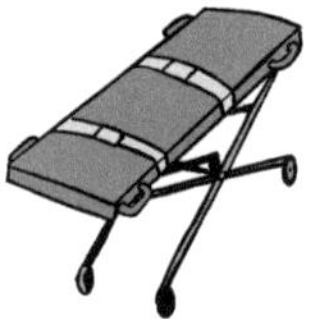

brancard

burankari

thermometer

igipimo cy'umuriro

geboorte

ivuka

overgewicht

umubyibuho ukabije

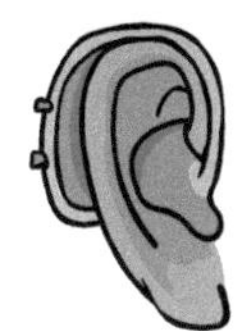

hoorapparaat

yunganirangingo y'amatwi

ontsmettingsmiddel

umuti wica mikorobe

infectie

ubwandu

virus

virusi

HIV / AIDS

Virusi itera sida / Sida

medicijn

ubuganga

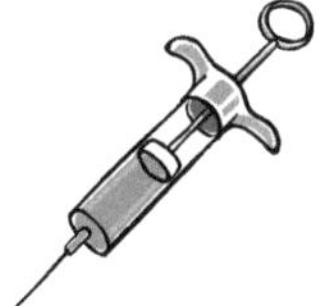

vaccinatie

gukingira

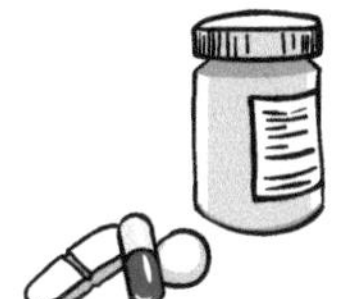

tabletten

ibinini

pil

ikinini

noodoproep

guhamagara byihutirwa

bloeddrukmeter

igenzura ry'umuvuduko w'amaraso

ziek / gezond

urwaye / ufite amagara meza

noodgeval

mu ndembe

Help!

Ntabara!

alarm

inzogera itabaza

overval

gusagarira

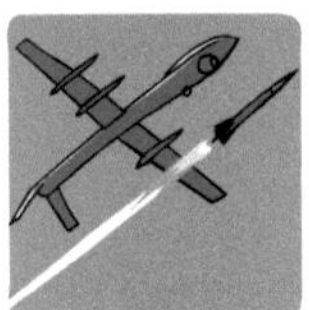

aanval

igitero

gevaar

icyateza amakuba

nooduitgang

umuryango unyuramo ukiza amagara

Brand!

Inkongi!

brandblusser

ikizimyamuriro

ongeval

impanuka

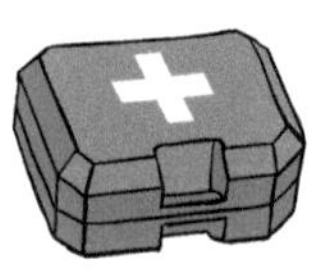

EHBO-kit

ibikoresho by'ubutabazi bw'ibanze

SOS

induru itabaza

politie

polisi

Europa
Uburayi

Noord-Amerika
Amerika y'Amajyaruguru

Zuid-Amerika
Amerika y'Amagepfo

Afrika
Afurika

Azië
Aziya

Australië
Ositarariya

Atlantische Oceaan
Atalantika

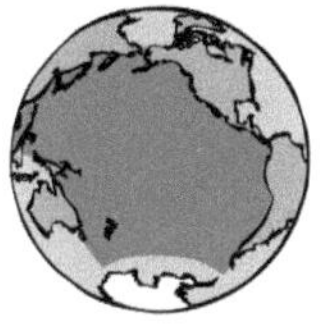
Stille Oceaan
Oasifika

Indische Oceaan
Inyanja y'Abahinde

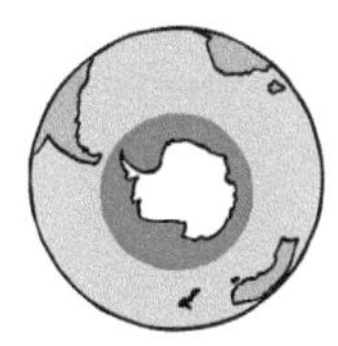
Antarctische Oceaan
Inyanja y'Antagitika

Arctische Oceaan
Inyanja y'Arigitika

Noordpool
Amajyaruguru y'Isi

Zuidpool

Amagepfo y'Isi

Antarctica

Antaragitika

aarde

Isi

land

ubutaka

zee

ikiyaga

eiland

ikirwa

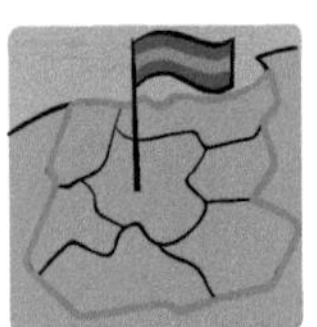

natie

igihugu

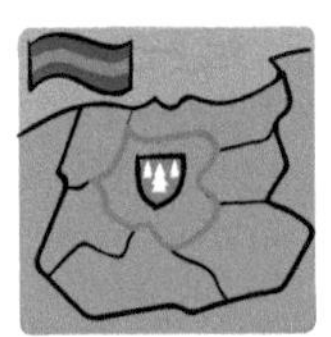

staat

leta

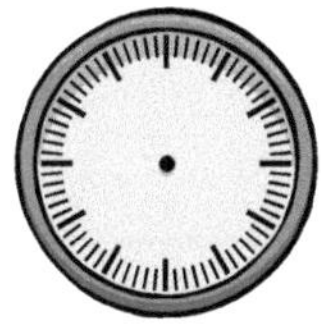

wijzerplaat
kadere y'isaha

uurwijzer
urushinge rw'amasaha

minuutwijzer
urushinge rw'iminota

secondewijzer
urushinge rw'amasegonda

Hoe laat is het?
ni isaha ki?

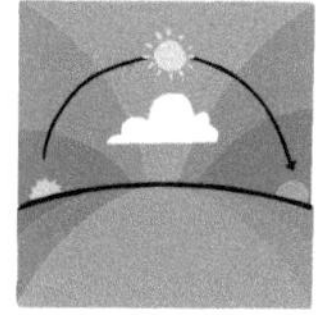

dag
umunsi

tijd
igihe

nu
nonaha

digitale horloge
isaha y'imibare

minuut
iminota

uur
amasaha

week

icyumweru

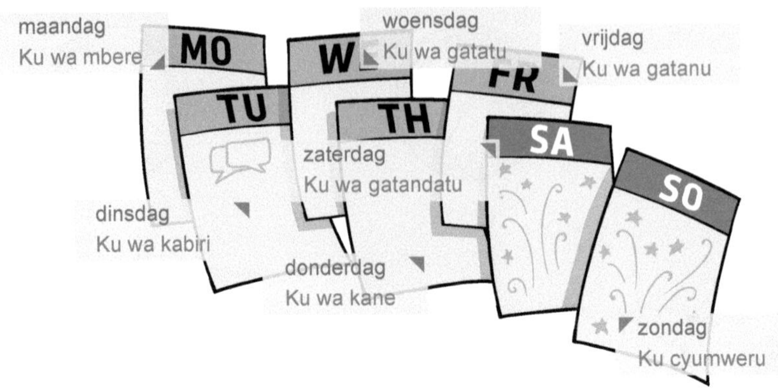

gisteren

ejo hashize

vandaag

none

morgen

ejo hazaza

ochtend

igitondo

middag

saa sita

avond

ku mugoroba

werkdagen

iminsi y'akazi

weekend

wikendi

jaar
umwaka

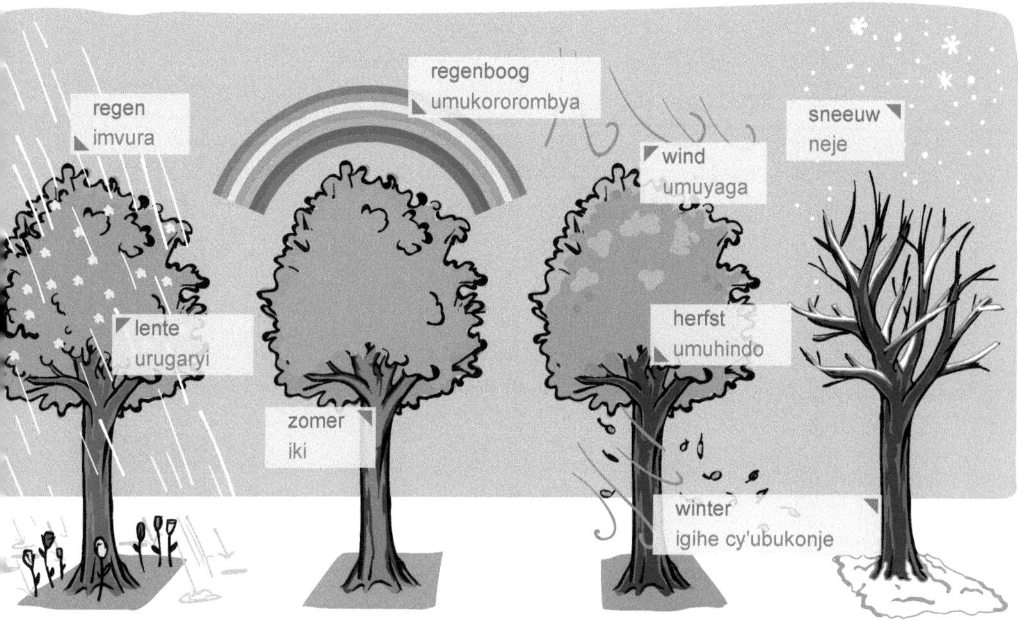

regen
imvura
regenboog
umukororombya
wind
umuyaga
sneeuw
neje
lente
urugaryi
herfst
umuhindo
zomer
iki
winter
igihe cy'ubukonje

4.APRIL 11°
5.APRIL 4°
6.APRIL 13°
7.APRIL 8°
8.APRIL 10°

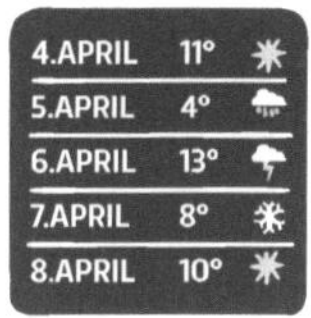

weervoorspelling

iteganyagihe

F C
120 40
90 30
60 20
30 10
0 0
-30 -10
-20

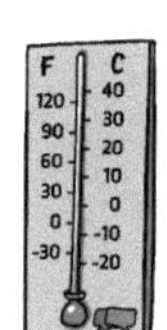

thermometer

igipimo cy'ubushyuhe

zonneschijn

izuba rirashe

wolk

ibicu

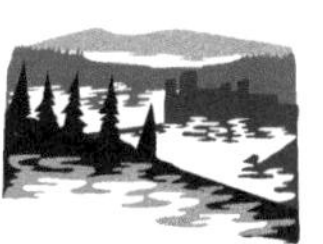

mist

ibihu

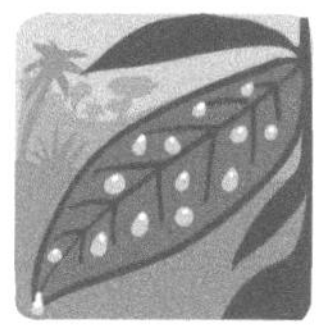

vochtigheid

ububobere

bliksem

umurabyo

donder

inkuba

storm

umuhengeri

hagel

urubura

moesson

imiyaga ihuha iturutse mu nyanja

overstroming

umwuzure

ijs

barafu

januari

Mutarama

februari

Gshyantare

maart

Werurwe

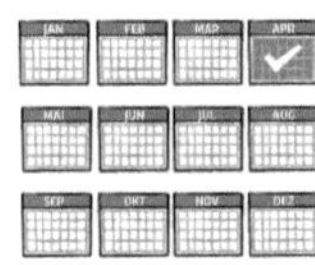

april

Mata

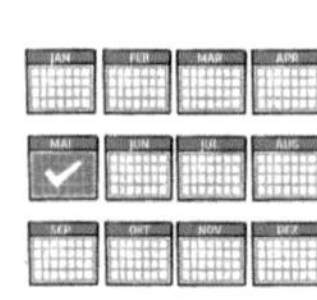

mei

Gicurasi

juni

Kamena

juli

Nyakanga

augustus

Kanama

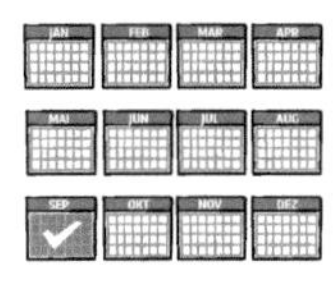

september
....
Nzeri

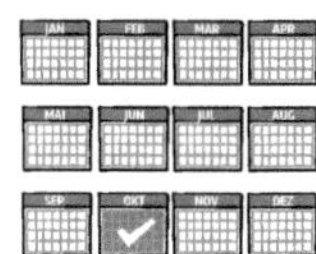

oktober
....
Ukwakira

november
....
Ugushyingo

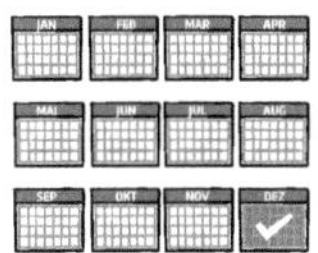

december
....
Ukuboza

vormen

amaforoma

cirkel
....
uruziga

kwadraat
....
mpandenye

rechthoek
....
urukiramende

driehoek
....
mpandeshatu

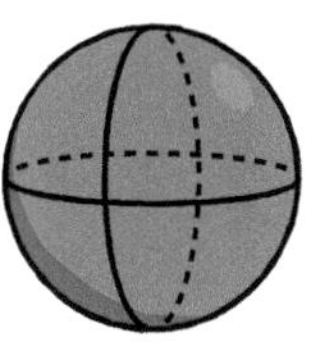

bol
....
umubumbe

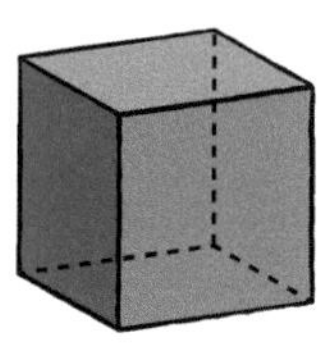

kubus
....
kibe

kleuren

amabara

wit

umweru

geel

umuhondo

oranje

oranje

roze

iroza

rood

umutuku

paars

isine

blauw

ubururu

groen

icyatsi kibisi

bruin

igihogo

grijs

ikigina

zwart

umukara

veel / weinig
....
byinshi / bike

boos / kalm
....
urakaye / utuje

mooi / lelijk
....
mwiza / mubi

begin / einde
....
intangiriro / impera

groot / klein
....
kinini / gito

licht / donker
....
gikeye / kijimye

broer / zus
....
musaza / mushiki

proper / vuil
....
gisukuye / cyanduye

volledig / onvolledig
....
kirangiye / kitarangiye

dag / nacht
....
umunsi / ijoro

dood / levend
....
wapfuye / muzima

breed / smal
....
hagari / hafunganye

eetbaar / oneetbaar

kiribwa / kitaribwa

kwaadaardig / vriendelijk

umugome / ugwa neza

opgewonden / verveeld

ushishikaye / warambiwe

dik / dun

ubyibushye / unanutse

eerst / laatst

mbere / nyuma

vriend / vijand

inshuti / umwanzi

vol / leeg

cyuzuye / kirimo ubusa

hard / zacht

gikomeye / cyoroshye

zwaar / licht

kiremeye / kitaremereye

honger / dorst

inzara / inyota

ziek / gezond

urwaye / ufite amagara meza

illegaal / legaal

kemewe n'amategeko / kibujijwe n'amategeko

intelligent / dom

umunyabwenge / igicucu

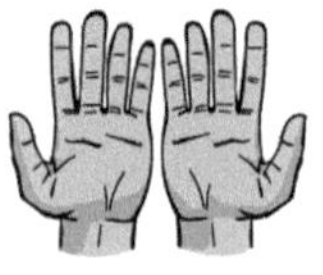

links / rechts

iburyo / ibumoso

dichtbij / veraf

hafi / kure

nieuw / gebruikt

gishya / cyakoze

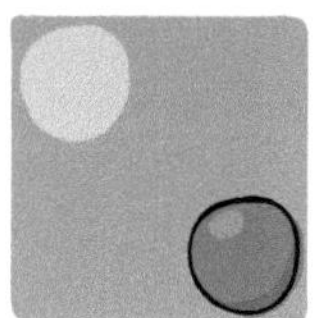

niets / iets

nta kintu gihari / hari ikintu gihari

oud / jong

ushaje / muto

aan / uit

atsa / zimya

open / dicht

gifunguye / gifunze

stil / luid

ucecetse / usakuza

rijk / arm

ukize / ukennye

juist / fout

ni byo / si byo

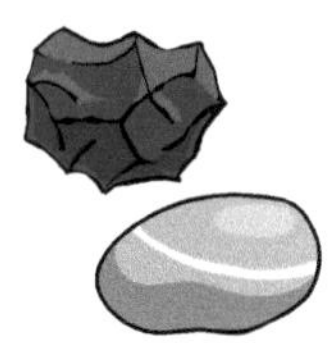

ruw / glad

hahanda / hahehereye

droevig / blij

urakaye / wishimye

kort / lang

mugufi / muremure

traag / snel

urandaga / wihuta

nat / droog

utose / wumye

warm / koud

ashyushye / ahoze

oorlog / vrede

intambara / amahoro

cijfers
imibare

0

nul

zeru

1

één

rimwe

2

twee

kabiri

3

drie

gatatu

4

vier

kane

5

vijf

gatanu

6

zes

gatandatu

7

zeven

karindwi

8

acht

umunani

9

negen

icyenda

10

tien

icumi

11

elf

cumi na rimwe

12

twaalf

cumi na kabiri

13

dertien

cumi na gatatu

14

veertien

cumi na kane

15

vijftien

cumi na gatanu

16

zestien

cumi na gatandatu

17

zeventien

cumi na karindwi

18

achtien

cumi n'umunani

19

negentien

cumi n'icyenda

20

twintig

makumyabiri

100

honderd

ijana

1.000

duizend

igihumbi

1.000.000

miljoen

miliyoni

Talen
indimi

Engels

Icyongereza

Amerikaans Engels

Icyongereza cy'Abanyamerika

Chinees (Mandarijn)

Igishinwa k'ikimandarini

Hindi

Igihindi

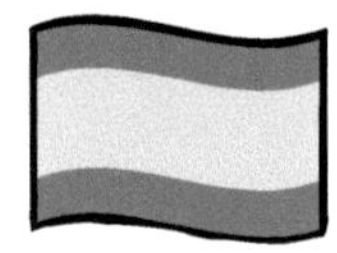

Spaans

Ikesipanyoro

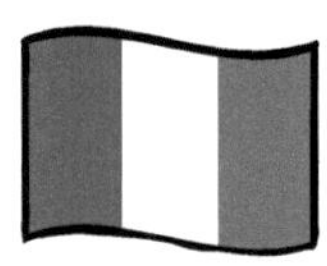

Frans

Igifaransa

Arabisch

Icyarabu

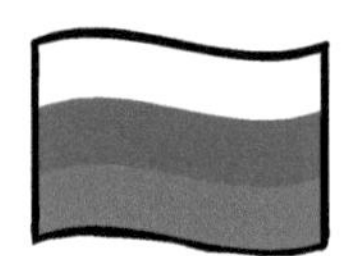

Russisch

Ikirusiya

Portugees

Igiporutigari

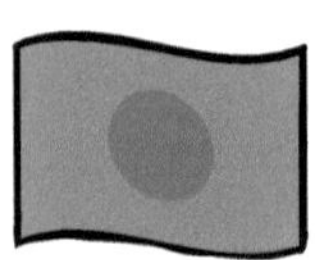

Bengali

Ikibengari

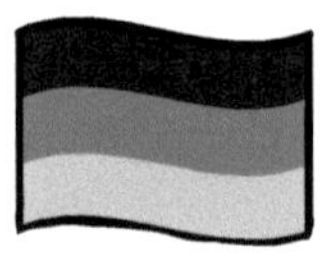

Duits

Ikidage

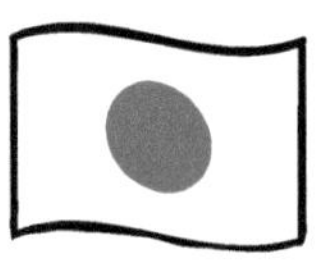

Japans

Ikiyapani

wie / wat / hoe
nde / iki / gute

ik
ge

u
wowe

hij / zij / het
we / we / we

wij
twe

u
mwe

ze
bo

wie?
nde?

wat?
iki?

hoe?
gute?

waar?
hehe?

wanneer?
ryari?

naam
izina

waar
hehe

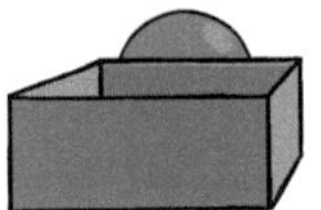

achter

inyuma

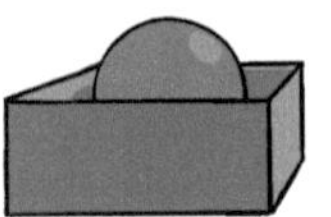

in

mo imbere

voor

imbere ya

boven

hejuru ya

op

kuri

onder

munsi ya

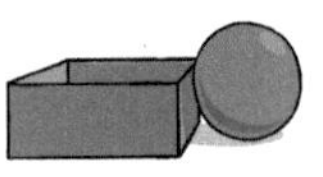

naast

iruhande

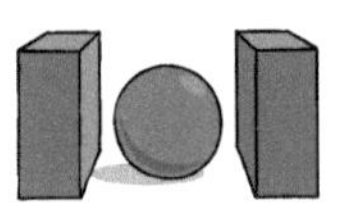

tussen

hagati

plaats

ahantu